आपत्ती व्यवस्थापनाचे आव्हान

डॉ. संजय चाकणे

डॉ. प्रमोद पाब्रेकर

डायमंड पब्लिकेशन्स

आपत्ती व्यवस्थापनाचे आव्हान

प्रा. डॉ. संजय चाकणे, प्रा. डॉ. प्रमोद पाम्ब्रेकर

Appati Vyavasthapanche Awhan

Prof. Dr. Sanjay Chakane, Prof. Dr. Pramod Pambrekar

प्रथम आवृत्ती – जून २०१२

ISBN : 978-81-8483-456-7

© डायमंड पब्लिकेशन्स

मुखपृष्ठ

शाम भालेकर

प्रकाशक

डायमंड पब्लिकेशन्स

२६४/३ शनिवार पेठ, ३०२ अनुग्रह अपार्टमेंट

ओंकारेश्वर मंदिराजवळ, पुणे–४११ ०३०

☎ ०२०–२४४५२३८७, २४४६६६४२

info@diamondbookspune.com

ऑनलाईन पुस्तक खरेदीसाठी भेट द्या
www.diamondbookspune.com

प्रमुख वितरक

डायमंड बुक डेपो

६६१ नारायण पेठ, अप्पा बळवंत चौक

पुणे–४११ ०३० ☎ ०२०–२४४८०६७७

समाजसेवेतून समृद्धीकडे

केंद्र शासनाच्या युवाकार्य व क्रीडामंत्रालय आणि राज्यशासनाच्या उच्च व तंत्रशिक्षण यांच्या संयुक्त विद्यमाने, महाराष्ट्र राज्यात २३ विद्यापीठे / संस्था यांच्या माध्यमातून महाविद्यालयात उच्चशिक्षण घेणाऱ्या विद्यार्थ्यांमार्फत समाजोपयोगी कार्य राष्ट्रीय सेवा योजनेमार्फत सन १९६९ पासून यशस्वीपणे राबविले जात आहे. आजमितीला सुमारे २५०० महाविद्यालयांतून ३,१०,१२४ स्वयंसेवक या योजनेत समाविष्ट झाले आहेत.

समाजोपयोगी कार्यक्रम राबविताना विशेषकरून आरोग्यविषयक उपक्रम, जलसाक्षरता/ जलसंवर्धन, आपत्ती व्यवस्थापन, सर्व शिक्षा अभियान तसेच विविध विषयांवरील जनजागृती मोहीमही उत्कृष्टपणे राबविली जाते.

विशेष शिबिरांच्या माध्यमातून दत्तक खेडे/गावे समृद्ध करण्याच्या दृष्टीने सर्वेक्षण करून ७ दिवसांच्या निवासी शिबिरांतून शासनाच्या जिल्हापातळीवर असलेल्या विविध विभागांचे सहकार्य घेऊन उपक्रम आयोजित केले जातात.

दरवर्षी वेगवेगळ्या संकल्पनेवर आधारित उपक्रम राबविल्यामुळे गावांचा/खेड्यांचा सर्वांगीण विकास साधण्यास मदत होते.

तंटामुक्ती, हागणदारीमुक्त गावे, व्यसनमुक्ती, पोषकआहार, रक्तदान, आरोग्य तपासणी, रक्तगट तपासणी, व्यवसाय मार्गदर्शन, किशोर वयातील गटांसाठी उपयुक्त मार्गदर्शन, शिक्षणाचे महत्त्व व त्यावरील उपयुक्त मार्गदर्शन अशा विविध उपक्रमांचे आयोजन निश्चितच समाजाच्या शैक्षणिक, आरोग्य व बौद्धिक विकासास हातभार लावण्यास साहाय्य करते. आजच्या तरुणपिढीची बौद्धिकक्षमता, युवाशक्ती, वैचारिक प्रगल्भता, दूरदृष्टी, तंत्रज्ञान हाताळण्याची सहजता यांचा सुरेख मेळ साधून, सुयोग्य मार्गदर्शनाने या तरुणपिढीला समाविष्ट करून घेण्याची ताकद, या योजनेत कार्य करणारे कार्यक्रम अधिकारी, कार्यक्रम समन्वयक व इतर अधिकारी यांच्या सहकार्याने व अनुभवांमुळे, ही योजना यशस्वीपणे राबविण्यासाठी नक्कीच समाजाचा उत्कर्ष साधून समृद्धीकडे नेण्याचा प्रयत्न करते आहे, याची खात्री आहे.

गेल्या ४ दशकांत या योजनेची मुळे समाजाच्या, राष्ट्राच्या सर्व स्तरांवर रुजली आहेत आणि म्हणूनच एकविसाव्या शतकाच्या दुसऱ्या दशकात पदार्पण करताना, या योजनेत नावीन्यपूर्ण उपक्रम सहजच प्रवेश करताना दिसतात.

उदा. कृषितंत्रज्ञानाच्या माध्यमातून गावांचा विकास, अभियांत्रिकी कौशल्याचा उपयोग, वास्तुशास्त्र विषयाच्या माध्यमातून गावांचा आराखडा तयार करणे इ.

महामहीम राज्यपालांच्या निर्देशानुसार, विद्यार्थ्यांचा सर्वांगीण विकास साधण्यासाठी विविध उपक्रम राबविले जातात. त्यामध्ये क्रीडामहोत्सव – क्रीडा नैपुण्य, इंद्रधनुष्य – युवामहोत्सव,

नृत्य-नाट्य-साहित्य-ललित कला आणि संगीत या विविध कला प्रकारांमधील कलागुण टिपण्यासाठी, आविष्कार संशोधन स्पर्धांच्या माध्यमातून विद्यार्थी व शिक्षकांमध्ये संशोधनवृत्ती जोपासण्यासाठी तसेच आव्हान आपत्ती व्यवस्थापन प्रशिक्षण शिबिर यामध्ये युवकांना समाजउत्कर्षाची जाणीव आणि आपत्तीला सामोरे जाण्यासाठी प्रशिक्षण दिले जाते.

आव्हान हे ६ वर्षे राज्यपाल कार्यालयाच्यावतीने दरवर्षी विविध विद्यापीठांमध्ये आयोजित केले जाते. यामध्ये प्रत्येक विद्यापीठाच्या अख्यत्यारीत असलेल्या प्रत्येक जिल्ह्यामधून २० मुले व १०मुली आणि दोन कार्यक्रम अधिकारी (१ महिला आणि १ पुरुष) असे राष्ट्रीय सेवा योजनेत कार्य करणारे स्वयंसेवक व अधिकारी यांची निवड केली जाते. या सर्वांना एन.डी.आर.एफ. (NDRF) या संस्थेतर्फे १० दिवसांचे आपत्ती व्यवस्थापनाचे धडे दिले जातात. हे सर्व आव्हान प्रशिक्षणार्थी शिबिरानंतर चॅन्सेलर्स ब्रिगेड या नावाने संबोधले जातात. प्रत्येक जिल्ह्यातील हे ब्रिगेड नंतर राज्य- शासनाच्या जिल्हास्तरीय आपत्ती व्यवस्थापन केंद्राशी जोडले जातात.

शासनाचा आपत्ती व्यवस्थापन केंद्राच्या माध्यमातून समाजामध्ये आपत्ती ओढवल्यास हे शिबिरार्थी मदत कार्य करतात. त्यामुळे समाजाच्या इतर घटकांचा अभ्यास करताना या विद्यार्थ्यांमध्ये स्व-कर्तव्याची जाणीव निर्माण होऊन त्यांच्यामध्ये राष्ट्रउभारणीची भावना प्रेरित होते. विद्यार्थ्यांच्या सर्वांगीण विकासासाठी आयोजिलेल्या विविध उपक्रमांसाठी, महाराष्ट्राच्या राष्ट्रीय सेवा योजनेचे सर्व स्वयंसेवक आणि कार्यक्रम अधिकारी, प्राचार्य व इतर संबंधित अधिकारी हे महामहीम राज्यपाल आणि त्यांचे सर्व अधिकारी वर्ग यांचे सदैव ऋणी राहतील.

हे सारे करताना स्वयंसेवकांना राज्य/राष्ट्रस्तरावर/आंतरराष्ट्रीय स्तरावर विविध उपक्रमांमध्ये सहभागी होण्याची सुवर्णसंधी प्राप्त होते. उदा. राज्य/राष्ट्रस्तरीय प्रजासत्ताक दिन संचलन शिबिरे, युवा मेळावे, साहसी क्रीडा शिबिरे, राष्ट्रीय एकात्मता शिबिरे इ. काही कार्यक्रम अधिकारी व स्वयंसेवक यांच्या पुढाकाराने व सजग कल्पकतेमुळे गावांचा इतिहाही लिहिला जातोय.

तसेच रा.से.यो.च्या माध्यमातून घडलेल्या समाजकार्याची नोंद करून समाजात झालेला सर्वांगीण बदल त्यांचा संशोधनात्मक अभ्यास करून शोधनिबंधही प्रसिद्ध होत आहेत, हे विशेष उल्लेखनीय आहे.

महामहीम राज्यपाल, मा. मंत्री, मा. राज्यमंत्री, मा. सचिव, इ. तर राज्य सल्लागार समिती सदस्य, उच्च व तंत्रशिक्षण विभाग, सर्व विद्यापीठांचे मा. कुलगुरू तसेच साहाय्यक कार्यक्रम सल्लागार, क्षेत्रीय कार्यालय, पुणे यांचे मार्गदर्शन सर्व कार्यक्रम समन्वयक, कार्यक्रम अधिकारी आणि मुख्यत्वेकरून तरुण, तडफदार स्वयंसेवक यांच्या सहकार्यामुळे राष्ट्रीय सेवा योजनेचे कार्य, स्वयंसेवकांचा सर्वांगीण विकास साधताना समाजाला समृद्धीकडे नेईल यात संदेह नाही.

डॉ. संजय चाकणे

डॉ. प्रमोद पाब्रेकर

लेखकपरिचय

डॉ. संजय चाकणे

M.Sc; Ph.D

राष्ट्रीय सेवा योजनेमध्ये २० वर्ष सक्रिय सहभाग, भौतिकशास्त्र विषयाचे अध्ययन, अध्यापन, पुणे विद्यापीठात कार्यक्रमसमन्वयक म्हणून ७ वर्षे कार्य.

या काळात, दोन लाखांच्या सलगसमपातळी चरांची खोदणी, वृक्षारोपण, पाणीटंचाईवर केलेली मात, हागणदारीमुक्तीचा वेगळा टप्पा, १०,००० च्या वर प्रत्यक्षात बांधलेली शौचालये, २०,००० वरून ४४००० वर गेलेली स्वयंसेवकसंख्या, रु. ३० वरून रु. ५० च्यावर गेलेले शिबिराचे अनुदान, तीन दिवसांत झालेले १३ हजारांपेक्षा जास्त रक्तदान, पुणे ते पंढरपूर वृक्ष, ऊर्जा दिंडी (६), राळेगण, हिवरेबाजारची शिबिरे, आनंदवन, करिअर महोत्सव व नानाविध शिबिरे, गडकिल्ल्यांची भटकंती, चाळीसवर्षानिमित्त घेतलेली शिबिरे, केंद्रीयलेखा पद्धती, बारामती अधिवेशन, **Seva, SMS** वार्ता, समर्थ भारत अभियानाची चळवळ, विशेषत: इतिहासलेखन, **GIS** मॅपिंग, फ्लोरा फौना, माती-पाणी परीक्षण, आपत्तिव्यवस्थापन, रासेयोला दिलेला संशोधनाचा दृष्टिकोन, स्वयंसेवकांना राज्य, राष्ट्र व आंतरराष्ट्रीय स्तरावर जाण्याची मिळालेली संधी, रासेयो **website, blood donation site** इत्यादी. कामे केलेली आहेत.

२३ देशांत रासेयो व भौतिकशास्त्र, आणि आपत्तिव्यवस्थापनाच्या परिषदा, कार्यशाळा, यासाठी भेटी. भौतिकशास्त्रातील ३५ आंतरराष्ट्रीय शोधनिबंध प्रकाशित आपत्तिव्यवस्थापन, निर्मलग्राम, समर्थ भारत अभियान-गावांचा इतिहास, रासेयो चळवळ असे विपुल लेखन, सहा पुस्तके प्रकाशित, पाणीप्रश्न व इतर सामाजिक प्रश्नांवर व्याख्याने विद्यार्थिप्रिय शिक्षक.

डॉ प्रमोद पाब्रेकर
M.Sc., Ph.D

- राज्य संपर्क अधिकारी व विशेष कार्यअधिकारी, राष्ट्रीय सेवा योजना कक्ष, उच्च व तंत्र शिक्षण विभाग मंत्रालय, महाराष्ट्र शासन.
- संचालक विद्यार्थी कल्याण विभाग, मुंबई विद्यापीठ
- प्राध्यापक रसायनशास्त्र, वझे-केळकर महाविद्यालय, मुंबई सुमारे २५ वर्षे अध्यापन
- माजी प्राचार्य, सोमय्या, जे. एन. पी. टी. कॉलेज, उरण १९९५ ते ९७
- कार्यक्रम समन्वयक, राष्ट्रीय सेवा योजना कक्ष. मुंबई विद्यापीठ (२००४-२००८)
- उत्कृष्ट विद्यार्थी पुरस्कार सलग ३ वर्षे, रुईया कॉलेज
- ११ वी ते तृतीय वर्ष वर्गासाठी रसायनशास्त्रातील १५ पुस्तके प्रकाशित
- उत्कृष्ट कार्यक्रम अधिकारी पुरस्कार २००३ राष्ट्रीय सेवा योजना कक्ष, मुंबई विद्यापीठ
- उत्कृष्ट शिक्षक पुरस्कार २००४, मुंबई विद्यापीठ
- अक्षरलेखन, उत्कृष्ट छायाचित्रकार, पाककलेत प्राविण्य
- लोकसत्ता-रॅकेट पाककला स्पर्धेत पुरस्कार
- कोडॅक छायाचित्रण स्पर्धेत पारितोषिक
- ''फिंगरबाऊल'' हा काव्यसंग्रह महाराष्ट्र राज्य साहित्य आणि संस्कृती मंडळातर्फे अनुदान व प्रकाशित
- ''आकंठ'' दिवाळी ९५ आयोजित 'अंगण' ह्या कवितेस राज्यस्तरीय काव्यस्पर्धेत तृतीय पुरस्कार
- 'विशाखा' दिवाळी ९९ आयोजित 'माझी कविता संगणकावर ह्या कवितेस राज्यस्तरीय काव्यस्पर्धेत द्वितीय पुरस्कार
- 'तुझ्या कविता' हा काव्यसंग्रह आकाश प्रकाशनातर्फे प्रकाशित
- अखिल भारतीय मराठी साहित्य संम्मेलन, बेळगाव - २००० 'उगवतीचे रंग' ह्या नवोदित कविसंम्मेलनात सहभाग
- सुजाता पाब्रेकर चॅरिटी ट्रस्ट ह्या शैक्षणिक उपक्रम राबविणाऱ्या संस्थेचे अध्यक्ष
- अध्यक्ष, कोकण मराठी साहित्य परिषद डोंबिवली शाखा
- कोषाध्यक्ष, कोकण मराठी साहित्य परिषद ठाणे शाखा
- अध्यक्ष, कोकण कला अकादमी, डोंबिवली कल्याण विभाग
- सदस्य, कोकण कला अकादमी, केंद्रीय शाखा
- सदस्य, राष्ट्रीय सांस्कृतिक समिती व मंडळ, भारतीय विश्वविद्यालय, महासंघ, दिल्ली

अनुक्रम

आपत्ती   १

अवर्षण व दुष्काळ   २२

औद्योगिक व रासायनिक दुर्घटना   २९

आग   ३६

शासनाची भूमिका व जबाबदारी   ४८

प्रथमोपचार   ५१

आपत्ती पश्चात तणाव व्यवस्थापन   ७९

ट्राएज   ८२

आपत्ती व्यवस्थापनात शैक्षणिक संस्थाचा सहभाग   ८७

आपत्ती व्यवस्थापनात प्रसिद्धी माध्यमांची भूमिका   ८९

अस्वच्छता व अनारोग्य   ९१

यात्रांमधील आपत्ती व्यवस्थापन   ९७

आपत्ती व्यवस्थापन   १००

आपत्ती

निसर्गनिर्मित आणि मानवनिर्मित आपत्तींचे अनेक आघात गेली शेकडो वर्षे आपण सोसत आलो आहोत. या आघातांची प्रत्यक्ष-अप्रत्यक्ष वर्णने ऐकूनसुद्धा आपलं मन चक्रावून जातं. आपण ऐकलेल्या या आघातांमुळे निर्माण झालेली अभूतपूर्व परिस्थिती खास करून आशिया खंडात व प्रशांत महासागराच्या परिसरातच अधिक वेळा झालेली दिसते.

नैसर्गिक आपत्तींमुळे पृथ्वीचे आणि मानवाचे प्रचंड प्रमाणात नुकसान झालेले आहे. नैसर्गिक अध:पतन अथवा नैसर्गिक असमतोलाची परिस्थिती सर्वसाधारणपणे मानवाच्या आर्थिक प्रगतीच्या हव्यासापोटी उदयाला येते. उदा. थंड हवेसाठी आपण जी शीतकपाटे अथवा शीतकरणयंत्रे वापरतो, त्यातील फ्रियॉन वायूमुळे वातावरणातील ओझोनचा थर आटत जातो. आज त्याचे रूपांतर ग्रीन इफेक्टमध्ये झालेले आढळते. उत्तर गोलार्धातील बर्फाचे कडे तापमानातील बदलामुळे वितळू लागले. तसेच अनियंत्रित यांत्रिकीकरणामुळे मोठमोठे कारखाने, जे सर्वाधिक प्रदूषण करतात त्या कारखान्यांमुळे, होणाऱ्या अखंडित प्रदूषणामुळे मानवी जीवन रोगाच्या खाईत लोटले गेले. संपूर्ण मानवी जीवनाला अनेक प्रकारच्या नव्या रोगांचा सामना करणे भाग पडले आणि त्यामुळे या प्रदूषणाच्या भस्मासुराचा सामना करणे समाजाच्या समोरचं मोठं आव्हान बनलं. या आव्हानाचा सामना करण्यासाठी अपरिहार्यपणे उभे राहणे आवश्यक बनलं. या साऱ्या गोष्टींचा विचार करून, इतिहासाचा संदर्भ लक्षात घेऊन त्यावर अभ्यासपूर्ण विचारविनिमय सुरू झाला. यापूर्वी झालेल्या आपत्तींचा अभ्यास करून त्या आपत्ती का ओढावल्या गेल्या? आणि तरीही प्रत्येक वेळेस झालेल्या अपरिमित हानीतून समाज सावरला आणि मानवी जीवन 'जैसे थे' सुरूच राहिले. खरं तर आपत्ती येऊन गेल्यावर त्यातून सावरणे आणि पुन्हा अशा प्रकारची आपत्ती येऊ न देण्याची काळजी घेणे हाच सर्वाधिक

विधायक पर्याय असतो.

इतिहासात घडलेल्या घटनांना आता आधुनिक उग्र स्वरूप प्राप्त होत आहे. जुने प्रश्न सोडविण्यास आपली एकूण समाजव्यवस्था कमी पडली आहे. या जुन्या समस्या न सुटण्याची अनेक कारणे आहेत. वाढत्या लोकसंख्येच्या वाढत्या गरजा, त्यामुळे निर्माण होत असलेल्या समस्या, त्यांचे स्वरूप आता कडेलोटाच्या अवस्थेत आले आहे. ह्या समस्यांनी एकीकडे जागतिक रूप धारण केले आहे, तर दुसरीकडे ह्या समस्या विकसनशील देशांना अधिक प्रमाणात भेडसावत आहेत. खास करून, दुसऱ्या महायुद्धातून जी मानवनिर्मित आपत्ती आली त्या आपत्तीचे दीर्घकाळ परिणाम विकसनशील देशांनाच सहन करावे लागले. सामाजिक विषमता, आर्थिक विषमता, वांशिक द्वेष, धर्म, द्वेष यातूनच येणारी अगतिकता इत्यादी अशा कारणांमुळे जगाच्या अनेक कानाकोपऱ्यांमध्ये अशांततेचे राज्य चालू आहे.

अलीकडच्या काळातील वाढते आधुनिक स्वरूपाचे दहशतवादी हल्ले, विमानांचे, राजकीय पुढाऱ्यांचे अपहरण, समाजातील यादवी – यासारख्या घटना नित्याच्याच बाबी होऊन बसल्या आहेत. त्याचप्रमाणे विकसित राष्ट्राच्या स्वतःच्या वृद्धीसाठी पूर्वी वसाहतवाद राष्ट्रा–राष्ट्रांमध्ये होता, तो राष्ट्रवाद आता व्यापारवृद्धीच्या निमित्ताने नव्या स्वरूपात वाढू लागला आहे. अमेरीका, युरोप, रशिया, या व यांसारख्या अनेक प्रगत भांडवलशाही राष्ट्रांमध्ये अनेक प्रकारची रसायने उत्पादित करण्यास अथवा वापरण्यास मनाई आहे. तशा प्रकारच्या विषारी अथवा मानवाच्या ऱ्हासास कारणीभूत होऊ शकतील अशा रसायनांचे उत्पादन मागास किंवा विकसनशील देशांमध्ये केले जात आहे. एकूणच विकसनशील राष्ट्रे त्यांच्या राजवटीत आार्थिक दृष्ट्या संसाधनाच्या पातळीवर कमकुवत आहेत. प्रगत आधुनिक तंत्रज्ञानाचा मागमूस या राजवटींना फारसा नाही. भोपाळ वायू गळती (१९८५) सारखी दुर्घटना घडल्यापासून आपत्तींच्या आवाक्यांचे गांभीर्य ध्यानात घ्यावे लागते. मात्र अशा अनेक घटना घडूनही आंतरराष्ट्रीय समुदायाने याकडे फारसे गांभीर्याने पाहिले नाही. कारण अनेक देशांचे आर्थिक, राजकीय स्वरूपाचे हितसंबध यामध्ये गुंतलेले असतात. यासारख्या गंभीर स्वरूपाच्या घटनांमध्ये सामान्य माणसांची आर्थिक, संपत्तीक, मानसिक हानी अधिक प्रमाणात होते. ती हानी भरून येणे अशक्यप्राय असते.

आज मानवी जीवनासमोर अनेक आव्हाने आहेत. या आव्हानांचा सामना करण्यासाठी सजग नागरिकांची पिढी उभी करण्याचे मोठे ध्येय समाजव्यवस्थेला पार करायचे आहे. आव्हानांच्या स्वरूपावरून आपल्याला राज्यव्यवस्थेच्या मर्यादा लक्षात येतात. ज्याप्रमाणे दहशतवाद, नक्षलवाद या मानवनिर्मित आपत्तींचे आव्हान

आहे, त्याचप्रमाणे निसर्गनिर्मित वादळे, भूकंप, पूर यांसारख्या समस्या देखील गंभीरपणे विचारात घेणे आवश्यक आहे. याचबरोबर अणुभट्ट्यांपासून मानवाला दुसरा धोका आहे. रशियातील चेर्नोबिल अणुभट्टीत स्फोटामुळे झालेला किरणोत्सार, त्याचे गंभीर दुष्परिणाम तिथल्या मानवी समुदायाला आजही जाणवत आहेत. ही अणुभट्टी फक्त वीजनिर्मितीसाठीच वापरली जात होती. आज अनेक देश अणू संपन्न आहेत. भारताची देखील त्या दिशेने वाटचाल सुरू आहे. या सर्व पार्श्वभूमीचा अगत्याने विचार केल्यास आपत्कालीन व्यवस्थापनाचे महत्त्व आज संपूर्ण जगाला आवश्यक आहे. ही बाब गांभीर्याने लक्षात घेतली नाही, तर अशांततेच्या पर्वाला बिनधास्तपणे सुरुवात होईल. अलीकडच्या काळातील बिहारमधील कोसी नदीचा पूर यासारख्या घटनांचे गांभीर्य लक्षात घेता ही त्या अशांततेच्या पर्वाची लागण आहे, हे लक्षात येते. त्यामुळे सरकारी यंत्रणा आणि संपूर्ण देशातील नागरिकांनी याविषयी सजग असणे आवश्यक आहे. सर्व प्रकारच्या आपत्तींमध्ये सामान्य नागरिकांची अधिक प्रमाणात होणारी अगतिक हानी लक्षात घेतल्यास आपत्कालातील व्यवस्थापनात नागरिकांच्या थेट सहभागाची आवश्यकता आहे हे लक्षात येते. तसेच अशा योजनांमध्ये स्थळ, काळ व आपत्तींच्या स्वरूपानुसार बदल करणे आवश्यक आहे. या प्रक्रियेनंतर सातत्य आवश्यक आहे. ती प्रक्रिया विशिष्ट काळापुरती मर्यादित केल्यास अचानक येणाऱ्या आपत्तींचा सामना करणे कठीण जाते. आपत्तीपासून कमीतकमी नुकसान होण्यासाठी योजना केलेली असावी. काळाच्या ओघात पर्यावरणाचे बदलते स्वरूप लक्षात घेता आपत्कालीन व्यवस्थापनात सतत बदल करणे अपरिहार्य आहे. कारण प्रत्येक आपत्तीचे स्वरूप व काळ वेगवेगळा असतो. येणाऱ्या प्रत्येक आपत्तीला समर्थपणे आणि सर्व प्रयत्नांनिशी तोंड देणे यावरच सर्व योजनेचे यश अवलंबून असते. म्हणजेच ही योजना अधिक प्रमाणात यशस्वी करण्याकरिता काळाच्या संदर्भानुसार बदल करणे आणि या योजनेत लोकांना अधिकाधिक प्रमाणात सक्रिय स्वरूपात सहभागी करून घेणे आवश्यक आहे.

लोकांचा सक्रिय सहभाग, त्यासाठी अद्यावत आधुनिक तंत्रज्ञानाचे प्रशिक्षण, साधनांची उपलब्धता, प्रशासनाच्या गरजा, भेडसावणारे धोके, गरजांचे नियोजन, कृतींचा आराखडा इत्यादी आपत्कालीन व्यवस्थापनाच्या चक्राचा महत्त्वाचा भाग आहेत. प्रशिक्षण व त्याचा सराव ही मुख्यत्वे आदर्श आपत्कालीन व्यवस्थापनाच्या योजनेची अंगे आहेत. अशा पद्धतीने जेव्हा योजना आखल्या जातात त्यावेळी योग्य अंमलबजावणी झाल्यास त्या योजना यशस्वी म्हणून पाहिल्या जातात. परंतु तरीही बदलत्या काळातील बदलती आव्हाने लक्षात घेऊन आवश्यक बदल करावे लागतात

कारण आपत्कालीन व्यवस्थापनाचे मुख्य सूत्रच पर्यायाला उत्तर तयार ठेवणे हेच आहे. परंतु तरीही शासकीय किंवा निमशासकीय त्यासाठी योग्य त्या शिस्तप्रिय प्रशिक्षणाची नितांत आवश्यकता आहे.

जागतिकीकरणाच्या नव भांडवलशाहीच्या विस्ताराने एका परीने खूप विकास झाला आहे. जितका विकास झाल्याचे चित्र एका बाजूला आहे, तितकीच गंभीर स्वरूपाची आव्हाने आज संपूर्ण समाजव्यवस्थेसमोर आहे. या प्रगतीच्या कवचकुंडलात सामान्य माणसांची मानसिक, भावनिक, शारीरिक, आर्थिक स्वरूपाची जी हानी या आपत्ती अगतिकतेमुळे होते. ती थांबविण्यासाठी सर्व शक्तीनिशी विधायक मार्गाने लढणे आवश्यक आहे.

१.१ आपत्ती व्यवस्थापनाची व्याख्या

एकाएकी कोसळणाऱ्या प्रत्येक संकटास ढोबळमानाने आपत्ती म्हटली जाते. खरे तर कुठल्याही व्यक्तीवर संकट कोसळल्यावर त्या व्यक्तीबद्दल स्वभाविकपणे आपणास सहानुभूती वाटते. वेबस्टर शब्दकोशामध्ये **disaster** शब्दाची अतिशय सुरेख व्याख्या दिलेली आहे. **(Sudden or great Misfortune a calamity)** तर आपत्कालीन व्यवस्थापनाची व्याख्या सविस्तरपणे शास्त्रीय भाषेत सांगायची झाल्यास काटेकोरपणे निरीक्षणाने व माहितीच्या पृथक्करणाने आपत्तींना तोंड देण्याची क्षमता मिळवणे व त्यात वेळोवेळी वाढ करणे.

१.२ आपत्ती स्वरूप, व्याप्ती आणि प्रकार :

अ.न.	आपत्ती	लक्षणे	परिणामांचे स्वरूप
१	पूर	जलमयता	सर्वच ठिकाणी पाणी वाढल्यावर नागरिकांची घरे, शेती, पाण्याखाली जातात. शेतात साचलेल्या पाण्यामुळे पिकांची (आर्थिक स्वरूपातील) हानी होते.
२	दुष्काळ		ढगांच्या आच्छादनाअभावी तापमानात वाढ होते. पाण्याचे बाष्पीभवन जलद होते. धुळीच्या वादळांची शक्यता वाढते. पाण्याची

			पातळी झपाट्याने कमी होत जाते. पाण्याअभावी शेतीतील पिके सुकून जातात. कुपोषणामुळे रोगराईची वाढ होते. इ.
३	चक्रीवादळ, मोसमी वादळ	जोराचे वारे	उभे पीक नष्ट होणे/ उंच इमारतींना धोका निर्माण होणे.
		अतिवृष्टी	पूर परिस्थिती निर्माण होऊन पुराच्या टप्प्यातील भागातील नागरिकांना सुरक्षित स्थानी स्थलांतरित करावे लागते.
		वादळी पाऊस	झपाट्याने पूर येऊन जमिनीची धूप होते व पिके नष्ट होतात.
४	भूकंप	कंपन	मोठ्या इमारतींना / धरणांना धोका जमीन खचणे पृष्ठभागावरील इमारती मातीत खचणे अथवा गाडल्या जाणे. जमिनीची घसरण दरडी कोसळणे.
		भेगा पडणे	भेगा पडलेल्या भागावरील इमारतींना गंभीर नुकसान. पाण्याचे नळ फुटणे, भूगर्भात पाण्याचा प्रवाह बदलणे.
		महाकाय लाटा	किनारी भागात पूर निर्माण होतात. विहिरीच्या पाण्यात क्षारता वाढणे. शेतजमिनी खाऱ्या पाण्यामुळे नापीक होणे.
५	विजा		ढगांच्या कणातील घर्षणाने विजा पडतात व आगी लागतात.

१.२.१ भूकंप

पृथ्वी सतत कमी–अधिक प्रमाणात कंपन पावत असते. साधारणतः दरवर्षी सरासरी ८०० ते १००० भूकंप होत असतात. पृथ्वी जेव्हा ५ रिश्टर पेक्षा जास्त कंपन पावते त्यावेळी भूकंपाची खऱ्या अर्थाने गांभीर्याने नोंद घेतली पाहिजे. कारण ५ रिश्टर

किंवा त्यापेक्षा अधिक क्षेत्राच्या कंपनामुळे विनाश होऊ शकतो.

मानवाच्या दृष्टीने पृथ्वीचे कंपन होणे म्हणजेच भूकंप होणे ही एक अत्यंत विनाशकारी घटना होय. परंतु भूमीच्या विविध स्तरांमधील हालचालींमुळे घडणारे पृथ्वीवरच्या नित्य क्रमातील ते अपरिहार्य वास्तव आहे.

पृथ्वीचा भूस्तर मुख्यत्वे करून दोन प्रमुख कवचांचा बनलेला आहे. त्यातील सर्वात खालचे कवच हे सलग खडकांपासून तयार झालेले आहे. तर त्यावरचे दुसरे कवच हे अनियमीत किंवा खडकांच्या तुकड्यांपासून तयार झालेले आहे. नैसर्गिक अथवा मानवी क्रियांमुळे भूगर्भातील या कवचांमध्ये किंवा कवचांमध्ये असलेल्या द्रव्यातील घडामोडींमुळे भूस्तर कंपन पावतो व या कंपायमान स्थितीला भूकंप असे संबोधले जाते. या संदर्भात वेगवेगळ्या तज्ज्ञांनी भूकंपाची व्याख्या केल्याचे आढळते.

भूकंपाची व्याख्या – डब्ल्यू जी. भूर यांच्या मते

'नैसर्गिक कारणांमुळे भूपृष्ठाखाली निर्माण झालेल्या हालचालींमुळे भूपृष्ठाला हादरे बसतात. यास भूकंप असे म्हणतात.'

पी. लेक यांच्या मते, 'भूकंप या शब्दातून ध्वनित होणाऱ्या अर्थानुसार, भूकवच हादरणे म्हणजे भूकंप होय'.

बर्सेस्टर यांच्या मते 'भूपृष्ठाखालील किंवा भूपृष्ठावरील खडकांचे गुरूत्वाकर्षणीय संतुलन काही क्षण बिघडल्यामुळे भूपृष्ठ कंपन पावतो, किंवा त्याची हालचाल होते. त्यास भूकंप असे म्हणतात.'

सारांश रूपाने असे म्हणता येईल, 'आकस्मिक व क्षणिक किंवा वारंवार होणारी कंपने मर्यादित भूभागावर निर्माण होऊन सर्व दिशांना ती प्रसारित होतात त्यास भूकंप म्हणतात.' पृथ्वीच्या अंतरंगात विविध नैसर्गिक क्रियांमधून जी शक्ती किंवा ऊर्जा निर्माण होते तिचा परिणाम होऊन भूपृष्ठ कंपन पावते. जेव्हा या कंपनाची तीव्रता जास्त वाढते तेव्हा महाभयंकर आपत्ती कोसळून अनेक गंभीर धोके उद्‌भवतात. मोठ्या प्रमाणावर जीवित व वित्तहानी होते, हे इतिहासातील अनेक नोंदीवरून आपल्या लक्षात येते. १५५६ साली चीनमध्ये झालेल्या भूकंपामुळे ८ लाख ३० हजार लोकांना प्राण गमवावे लागले. क्वेट्टाच्या १९३५ साली झालेल्या भूकंपाने पूर्ण शहर उद्‌ध्वस्त केल्याचे आपणांस माहिती आहे. यावेळी रस्त्यांमधील जमिनीला तडे गेल्यामुळे अनेक जनावरे भेगांमध्ये गाडली गेली.

महाराष्ट्रातील ३० सप्टेंबर १९९३ ला लातूरमध्ये झालेल्या व २६ जानेवारी २००१ ला गुजरातमध्ये झालेल्या भूकंपामध्ये सर्वात मोठी वित्त व जीवित हानी

झालेली आपणास ज्ञात आहे. जम्मू-काश्मीरच्या ८ ऑक्टोंबर २००५ च्या ७.४ रिश्टर स्केलच्या भूकंपाने ५०,००० लोकांचे बळी घेऊन सुमारे ७०,००० लोकांना जखमी केले होते. अत्यंत दाट लोकवस्तीच्या मुंबई शहरानेही ६.५ रिश्टर स्केल पर्यंतचे माफक तीव्रतेचे भूकंप अनुभवले आहेत. शहरी भागात होणारे भूकंप सर्वाधिक हानीकारक मानले जातात. कारण यामध्ये मोठ्या प्रमाणावर जीवनावश्यक वस्तूंची नासधूस होते व प्रदूषणामुळे रोगांचा प्रादुर्भाव वाढण्याचा धोका निर्माण होतो. काही क्षणात भयानक स्वरूपाचा संहार घडवून आणण्याचे सामर्थ्य एका भूकंपात असू शकते. भूकंपामुळे संभवणाऱ्या हानीचे स्वरूप हे भूकंपाच्या ठिकाणावर व त्याच्या क्षमतेवर अवलंबून असते. भूकंपामुळे झालेल्या नुकसानीवरून भूकंपाची तीव्रता काही प्रमाणात (अंदाजे) समजत असली तरी भूकंपाच्या तीव्रतेची मोजदाद करण्याची शास्त्रीय पद्धत विकसित झालेली आहे. भूकंप-लेखन यंत्राद्वारे ही तीव्रता मोजता येते. भूकंपाची तीव्रता **(Seismograph)** या यंत्राद्वारे रिश्टर स्केलवर मोजता येते.

भूकंप होण्याची कारणे :

भूकंप होण्याची अनेक कारणे आहेत. पृथ्वीच्या भूगर्भातील स्तरांमधील असंतुलनामुळे भूकंप संभवतात. या असंतुलनाची खालील कारणे सांगता येतील.

१. ज्वालामुखीय भूकंप – भूगर्भाच्या वेगवेगळ्या स्तरांमधील नैसर्गिक हालचालींमुळे तप्त लाव्हारस भूपृष्ठावर येऊन वाहू लागतो, त्यामुळे भूगर्भात निर्माण होणाऱ्या पोकळीच्या माध्यमातून भूपृष्ठाला हादरे बसतात व जमीन कंप पावते. ज्वालामुखीच्या विस्फोटामुळे होणाऱ्या अशा भूकंपाला ज्वालामुखीय भूकंप असे म्हणतात.

२. भूविवर्तनीकी भूकंप – पृथ्वीच्या अंतरंगातील विविध नैसर्गिक क्रियांमधून निर्माण होणाऱ्या उर्जेमुळे भूकवचातील खडकांवर प्रचंड दाब येतो. त्यामुळे खडकांच्या प्रस्तरांना तडे जाउन भेगा निर्माण होतात. भूकवचातील या घटनेमुळे जमीन कंप पावते व भूकंप होतो. आजवर भारतामध्ये असे भूविवर्तनीकी भूकंप अनेक ठिकाणी आढळून आले आहे.

३. पातालिक भूकंप – भूगर्भामध्ये सर्वसाधारणपणे २५० ते ७०० कि.मी. खोलीपर्यंत द्रव व वायू रूपात असलेल्या वस्तुमानात रासायनिक अभिक्रिया होऊन त्याचा परिणाम स्फोटात होतो. या स्फोटातून निर्माण होणारी उर्जा भूपृष्ठाचे कंपन घडवून आणते. अशा प्रकारच्या भूकंपास पातालिक भूकंप म्हणतात.

४. समस्थायित्व सिद्धांत – भूपृष्ठावरील वस्तुमानामध्ये संतूलन राखण्यासाठी भूगर्भामध्ये नैसर्गिक हालचाली होत असतात. या हालचाली होत असताना जमीन

कंप पावते व भूकंप जाणवतो.

५. भूपृष्ठांतर्गत पाण्याची वाफ – भूपृष्ठावर पडणारे पावसाचे पाणी वेगवेगळ्या कारणासाठी अडवून जलसाठे निर्माण केले गेले. अशा जलसाठ्यामधील पाणी जमिनीमध्ये खोलपर्यंत झिरपते. परंतु भूगर्भातील उष्णतेमुळे झिरपणाऱ्या पाण्याचे वाफेत रूपांतर होते. या वाफेमुळे ठिसूळ किंवा कमकुवत खडकांना तडे जातात व भूकंप निर्माण होतात. अशा भूकंपामुळे तलाव अथवा धरणांना इजा होऊन मोठ्या प्रमाणावर जीवित व वित्तहानी होऊ शकते.

या व्यतिरिक्त वेगवेगळ्या कारणांसाठी केलेल्या खाणकामांमुळे भूगर्भाच्या नैसर्गिक रचनेत बाधा येऊन भूकंप संभवतात. तसेच काही प्रगत देशांमध्मे प्रायोगिक तत्त्वावर करण्यात येणाऱ्या भूमिगत चाचण्यासुद्धा भूकंपास कारणीभूत ठरू शकतात.

भूकंपाबाबतची दक्षता – विज्ञान आणि तंत्रज्ञान मोठ्या प्रमाणावर विकसित होऊनसुद्धा प्रचंड प्रमाणावर संहारक ठरणाऱ्या या नैसर्गिक घटनेचे भाकित करणे अद्याप शक्य होत नाही. त्यामुळे भूकंप कोणत्या ठिकाणी होईल, केव्हा होईल, त्याची तीव्रता किती असेल व त्यामुळे किती प्रमाणावर नुकसान होऊ शकेल. याबाबतचे तंत्रज्ञान अजूनही पूर्णपणे विकसित करणे शक्य झालेले नाही. तथापि दक्षता म्हणून या नैसर्गिक आपत्तीची पूर्वसूचना देणे काही अशी तंत्रज्ञानाच्या साहायाने शक्य होऊ शकते. यामुळे भूकंप होण्यापूर्वी, होत असताना व झाल्यानंतर घ्यावयाच्या दक्षता पुढीलप्रमाणे नमूद करता येतील.

अ. भूकंपाविषयी जनजागृती :

१. नागरिकांमध्ये भूकंपाविषयी प्रबोधन करून जागृती निर्माण करावी. त्यांना भूकंपास सामोरे जाण्यासाठी प्रशिक्षित करावे. भूकंपसमयी नेमके काय करावे व काय करू नये याची शास्त्रोक्त माहिती कृतीसह परिवारातील सर्व सदस्यांना द्यावी.

२. भूकंपाची शक्यता असलेल्या किंवा वारंवार भूकंप होत असलेल्या ठिकाणी सर्व प्रकारच्या मदतकार्याची यथायोग्य व्यवस्था सज्ज ठेवणे आवश्यक आहे. उदा. भूकंपामुळे जीवनोपयोगी वस्तू तातडीने जमा करणे शक्य होत नाही. अशा वस्तूंचा साठा सज्ज ठेवून वारंवार भूकंप होणाऱ्या स्थळी उपलब्ध करून द्यावा.

३. भूकंप होण्यापूर्वी मदतकार्य करू शकणाऱ्या संस्थांची माहिती संकलित केलेली असावी. यामध्ये जीवनावश्यक वस्तूंची उपलब्धता उदा. खाद्य पदार्थ, कपडे, पाणी, औषधे इत्यादी बाबतचा पुरवठा करू शकणाऱ्या स्वयंसेवी संस्थांचा सहभाग असावा.

४. भूकंपप्रवण भागात घरे विखुरलेली असावी. त्या क्षेत्रांत अनेक मजली इमारती न बांधता बैठ्या घरांची रचना असावी. बांधकामामध्ये वजनाने हलक्या असणाऱ्या वस्तूंचा अधिक प्रमाणात वापर करावा.

५. भूकंपप्रवण भागामध्ये मोठे जलसाठे, धरणे अथवा जलविद्युत प्रकल्प उभारण्याचे टाळावे.

६. भूकंपप्रवण क्षेत्रात भूकंपाची शक्यता वर्तवण्याची क्षमता असणाऱ्या शासकीय पातळीवरून प्रयोगशाळा उभारून त्या भागातील नागरिकांना प्रसारमाध्यमाद्वारे पूर्वसूचना देण्याची व्यवस्था करावी.

७. भूकंपामध्ये होणाऱ्या जीवितहानीमुळे अल्पावधीतच अनेक रोगांचा प्रादुर्भाव संभवतो. अशा प्रसंगी तातडीने मदत उपलब्ध होण्याकरिता, डॉक्टर, परिचारिका, औषधे इत्यादींनी सज्ज असलेले फिरते दवाखाने आवश्यकतेनुसार तयार करावे.

८. भूकंप प्रसंगी अनेकदा शॉर्टसर्किट होऊन आगी लागतात. याकरिता घ्यावयाच्या काळजीबाबत घरातील व्यक्तींना प्रशिक्षित करणे तसेच आवश्यक त्या प्रथोमपचाराच्या सुविधा सहज उपलब्ध होतील अशा पद्धतीने ठेवणे.

९. खराब झालेल्या विजेच्या तारा, नादुरुस्त विजेची व गॅसची उपकरणे यांची काळजी घ्यावी.

१०. जड किंवा फुटण्यायोग्य वस्तू मांडणीच्या खालच्या फळ्यांवर ठेवाव्यात व मांडण्या भिंतीला पक्क्या ठोकलेल्या असाव्यात.

११. घराचे छत, भिंती, तसेच पाया यांना भेगा पडल्या आहेत का? याबाबत वेळोवेळी तपासणी करून दुरुस्ती करावी. बांधकाम सदोष आढळल्यास संबधित तज्ज्ञांचा सल्ला घ्यावा.

१२. घरातील वीज, पाणी व गॅस इत्यादींचा पुरवठा कसा बंद करता येतील यांबाबत घरातील व्यक्तींना माहिती द्यावी.

१३. भूकंप प्रसंगी सुरक्षित ठिकाणे आधीच निवडून ठेवावीत.

१४. भूकंपामुळे मोठ्या प्रमाणावर हानी संभवते म्हणून घराच्या व अन्य मालमत्तेच्या विमा योजनांचे पूर्वावलोकन करावे. घर व व्यापार विषयक महत्त्वाची कागदपत्रे सुरक्षित ठिकाणी सांभाळून ठेवावीत.

ब. भूकंपप्रसंगी घ्यावयाची दक्षता :

भूकंपाचे हादरे बसल्यावर न घाबरता, सैरावरा न पळता आहे त्याच जागी शांत उभे रहावे. शक्यतो मजबूत कपाट, टेबल, बाकड्याखाली वाकून आश्रय

घ्यावा. रस्त्यात असल्यास विजेच्या तारा, विजेचे दिवे अथवा इमारतीपासून दूर उभे रहावे. गाडी चालवत असाल तर गाडी सुरक्षित ठिकाणी थांबवून गाडीतून बाहेर येण्याचे टाळावे. इमारती, झाडे, विजेच्या तारा, पूल यांच्या खाली अथवा जवळ थांबणे टाळावे. अनेक कुटुंबे एकाच इमारतीत राहत असतील तर त्यांनी आवश्यकता नसल्यास घराबाहेर पडणे टाळावे. मोठ्या इमारतींमध्ये जास्त माणसे राहत असतील तर गोंधळ वाढतो. त्यामुळे भूकंपापेक्षा दुसरीच आपत्ती ओढवते आणि चेंगराचेंगरी होऊन लोक विनाकारण मृत्यूच्या सापळ्यात अडकतात. त्यामुळे भूकंपाचे अनर्थ टाळण्यासाठी आत्मविश्वासाने त्याला सामोरे गेल्यास मृत्यूचे प्रमाण कमी करता येते.

क) भूकंप झाल्यानंतरची महत्त्वाची दक्षता :

१. बऱ्याच वेळा मोठ्या भूकंपाच्या पाठोपाठ छोटे भूकंप होत असतात. अशा छोट्या भूकंपामधून सावरण्यासाठी नागरिकांची सजगता अत्यंत आवश्यक असते.

२. भूकंपाच्या पाठोपाठ आग लागण्याची शक्यता असल्याने आधीच्या आपत्तीत भर पडू शकते. ही आग बहुधा विजेच्या शॉर्टसर्किटमुळे लागण्याची दाट शक्यता असते. हे टाळण्यासाठी घरातील मेन स्वीच तातडीने बंद करण्याची काळजी घ्यावी.

३. भूकंपामुळे वीज पुरवठा खंडीत झाल्यास बॅटरी / टॉर्चचा काळजीपूर्वक उपयोग करावा. अशाप्रसंगी मेणबत्त्या, कंदील, माचिस यांचा वापर करू नये.

४. भूकंपामुळे पडझड झालेल्या अवशेषांचा ढिगारा असलेल्या ठिकाणी जातांना मोठ्या बुटांचा वापर करावा. कारण भूकंपाच्या पडझडीमुळे निर्माण झालेले ढिगारे मिश्रित स्वरूपाचे असतात. त्यामध्ये काचेचे तुकडे आणि घरातील अनेक वस्तूंचा चुरा असतो. त्यामुळे त्या ढिगाऱ्यात हातांना व्यवस्थित संरक्षण असल्याशिवाय स्पर्श करू नये.

५. भूकंपाच्यावेळी घराच्या आजूबाजूला असलेल्या व्यक्तींनी भूकंपानंतर घरात प्रवेश करण्यापूर्वी घराच्या बांधकामाची झालेली दुरवस्था बघूनच त्यामध्ये प्रवेश करावा कारण काही भाग पडलेला असतो आणि काही हळूहळू पडण्याची शक्यता असते. यासंबधी घर बांधणाऱ्या किंवा त्याविषयी व्यवस्थित जाण असणाऱ्यांचा सल्ला घ्यावा.

६. विजेच्या तारा व विद्युत उपकरणांच्या झालेल्या नुकसानीची संबधित अधिकाऱ्यांकडून तपासणी करून घ्यावी.

७. भूकंपामुळे पाणीपुरवठा करणाऱ्या जलवाहिनीस तडा गेला असल्यास जलवाहिनीतून पाणी पाठवू नये.

८. अफवांवर विश्वास न ठेवता योग्य माहिती देणाऱ्या बातमीपत्राची मदत घ्यावी.

९. घरातील लहान मुलांचे मनोबल वाढविण्यासाठी प्रयत्न करून त्यांना भूकंपामुळे निर्माण झालेल्या मानसिक धक्क्यातून बाहेर पडण्यास मदत करावी.

१०. शासकीय अथवा खाजगी संस्थांकडून होणाऱ्या मदतीची अपेक्षा न करता इतरांना जेवढी मदत करता येईल तेवढी मदत करण्याचा प्रयत्न करावा.

११. मदतकार्य सुरू असताना मदत करणाऱ्या सामाजिक संस्थेस सहकार्य करावे. याप्रसंगी गर्दी होऊन चेंगराचेंगरी होण्याची भीती असते.

१२. भूकंप प्रतिरोधक घराचे बांधकाम, घराचा पाया पक्क्या जमिनीवर ठेवणे आवश्यक आहे व घराला जमिनीच्या पातळीवर एक टाय बिम असणे आवश्यक आहे.

१३. घराचे बांधकाम करतांना मोठे पोर्च बांधण्याचे टाळावे. इमारतीतील खांबांची (पिलर्स) जाडी ८ इंचापेक्षा अधिक असू नये.

१४. इमारतीचे दरवाजे व खिडक्या कोपऱ्यात असू नयेत. बांधकामासाठी वापरलेले साहित्य प्रमाणित दर्जाचे असावे.

१५. घर खरेदी करण्यापूर्वी **I.S.** ४५६.२००० व **I.S.** १८९३.२००१ मानका-प्रमाणे बांधकाम केलेले आहे किंवा करणार आहे, याबाबतचे प्रमाणपत्र घेणे बांधकाम व्यावसायिकाकडून आवश्यक आहे.

१.२.२ त्सुनामी

समुद्राच्या तळाशी जेव्हा आण्विक शक्तीच्या तीव्रतेचा भूकंप होतो तेव्हा त्या धक्क्यामुळे समुद्रातील पाण्यामध्ये महाकाय लाटांच्या श्रृंखला निर्माण होतात. प्रचंड ताकद असलेल्या या लाटा समुद्रकिनाऱ्याकडे सुसाट वेगाने येऊन कित्येक मैलांचा सागरी पल्ला पार करतात अशा लाटांना त्सुनामी असे म्हणतात.

ज्वालामुखी, स्फोट किंवा भूस्खलन यामुळेही त्सुनामी निर्माण होऊ शकते या लाटा सागरातील त्यांच्या आरंभबिंदू जवळ अत्यंत कमी उंचीच्या असतात. मात्र किनाऱ्याकडे येतांना प्रचंड महाकाय रूप धारण करतात.

समुद्रकिनाऱ्यावरील समाजजीवन त्सुनामीमुळे पूर्णपणे विस्कळीत होते. मोठ्या प्रमाणात वित्त हानी होते. 'त्सुनामी' या मूळ जपानी शब्दाचा अर्थ बंदरातील

लाटा किंवा इंग्रजीत हार्बरवेव्ह असा आहे.

दि. २६ डिसेंबर २००४ रोजी भारताच्या दक्षिण किनारपट्टीवरील त्सुनामीचा प्रलयंकारी संहार ज्या राज्यांनी अनुभवला, त्यामध्ये तमिळनाडू, पाँडेचरी, आंध्रप्रदेश यांबरोबरच अंदमान निकोबार बेटे आणि थायलंड, मलेशिया, श्रीलंका, मालदिव यांचाही समावेश आहे. इंडोनेशिया, सुमात्रा बेटाजवळ समुद्रतळाशी झालेल्या भूकंपाचा तो परिणाम होता. या घटनेमुळे सुमारे दीड लाख लोक मृत्युमुखी पडले. अनेकांना संपत्ती आणि उपजीविकेच्या साधनांबरोबर आपले नातेवाईकही गमवावे लागले. कित्येक लोक बेघर झाले आणि कित्येक घरे बेवारस झाली. त्सुनामीच्या महाप्रलयानंतर मानसिक आणि भावनिक स्वरूपाच्या पुनर्वसनाची आवश्यकता आहे.

त्सुनामी बाबत घ्यावयाची काळजी :

१. त्सुनामी संदर्भात शासनाकडून किंवा हवामान खात्याच्या प्रशासनाकडून अधिकृतपणे इशारा ऐकल्यास त्या ठिकाणाहून तातडीने स्थलांतर करणे आवश्यक असते. मालमत्तेच्या हव्यासापोटी माणसं आपलं घर सोडत नाहीत. त्यामुळे मृत्यूच्या दाराकडे त्यांची आगेकूच होते. त्सुनामीचा अधिकृत धोका लक्षात आल्यावर कमी वेळात अधिक सुरक्षित ठिकाणी पोहचावे. अशा वेळी सामूहिकपणे निर्णय घ्यावा.

२. स्थानिक अधिकाऱ्यांनी दिलेल्या सूचनांचे पालन करावे. आपण आधी ठरविलेल्या मार्गापेक्षा स्थलांतराचा मार्ग वेगळा असू शकतो अथवा ठरविलेल्या ठिकाणापेक्षा अधिक उंचीवर जावे लागते.

३. समुद्रकिनाऱ्यापासून शक्य तितके आत आणि दूर उंचावर जाण्याचा प्रयत्न करावा. त्सुनामीचा अंतिम किंवा निश्चित अंदाज अधिकारी देवू शकत नाहीत. त्यामुळे शक्य तितकी अधिक सुरक्षितता आणि सावधानता बाळगता येईल तेवढी बाळगणे स्वहिताच्या दृष्टीने उपयुक्त ठरते.

४. इमारतींचा उद्ध्वस्त भाग सुरक्षित असल्याचे सांगितल्याशिवाय त्या भागापासून लांबच राहणे.

५. आवश्यक असल्यास घरातील सर्व विजेची उपकरणे बंद ठेवणे.

१.२.३. पूर

गिल्बर्ड व्हाईट या अभ्यासक्रमाच्या मते 'पूर येणे हा दैवयोग असला तरीही पुरामुळे होणारे नुकसान मानवी कृतीचे फळ आहे.'

नैसर्गिक आपत्तींचा प्रादुर्भाव अलीकडच्या काळात वाढत आहे. काही वेळा नैसर्गिक आपत्ती ह्या मानवाने आधुनिक प्रगतीच्या हव्यासापोटी केलेल्या

चुकांमुळे उद्भवतात. निसर्गाचा असमतोल ढासळल्यामुळे या आपत्तीला सामोरे जावे लागते. पुराची परिस्थिती काहीशी जलदगतीने सुरू होते. त्यामुळे पुराचा धोका वाढतो. भारतात ४० दशलक्ष हेक्टरपेक्षा जास्त भागास पुराचा धोका आहे. प्रत्येक राज्यास पुराचा धोका संभवतो.

१९७१ ते १९९५ दरम्मान झालेल्या वातावरणातील बदलांमुळे संपूर्ण जगभरात १५० अब्ज लोक पूरग्रस्त झाले असा निष्कर्ष जागतिक जलपरिषदेने काढला. वैज्ञानिकांनी घेतलेल्या अंदाजानुसार वातावरणात अभूतपूर्व बदल झाले आहेत. त्यामुळे पूर, दुष्काळ, वादळे यांना सामोरे जावे लागत आहे. येत्या काही वर्षात हा ओघ शमण्याची शक्यता नाही. या वाढत्या संकटाला सामोरे जाणे अपरिहार्य आहे.

दि. २६ जुलै २००५ रोजी मुंबईत ९४४ मि.मी. पावसाची नोंद झाली. शंभर वर्षाचा विक्रम मोडीत काढणारा हा अभूतपूर्व पाऊस होता. हवामानात झालेल्या बदलांच्या शास्त्रीय निष्कर्षावर या पावसामुळे शिक्कामोर्तब झाले. या पावसामुळे संपूर्ण मुंबईला या महाभयंकर संकटाला तोंड देणे भाग पडले. प्रचंड प्रमाणात नासधूस झाली. उपनगरांमध्ये कंबरेपर्यंत तर काही ठिकाणी गळ्यापर्यंत पाणी भिडले. सारी मुंबई पाण्याखाली आल्याचे चित्र निर्माण झाले. दूरचित्रवाणीने हा सारा प्रकार साऱ्या देशाला दाखविला. खरे तर हे नैसर्गिक आपत्तीचे आव्हान होते. या मोठ्या संकटाचा राज्यशासन आपल्या परीने सामना करत होते. या संकटात जनावरे, माणसे मृत्युमुखी पडली. मृतांची प्रेते पाण्यातून काढणे देखील कठीण होते. या सगळ्या घटनांचे आपण साक्षीदार आहोत. शहरी जीवन, संपूर्ण वाहतूक व्यवस्था कोलमडून पडल्यामुळे ठप्प झाले. सर्वसामान्य माणसं, विद्यार्थी, शाळा-कॉलेज व कार्यालयांमध्ये अडकून पडले. तर बरेच जण दिवसरात्र घराबाहेर होते.

जुलै २००५ च्या मुसळधार पावसामुळे अनेक जीवनावश्यक गोष्टी कोलमडून पडल्या. साकीनाका येथे दरड कोसळून ७० लोक मृत्युमुखी पडले. २८ जुलै २००५ रोजी जूहू येथील नेहरूनगरमध्ये दाटीवाटीने उभ्या राहिलेल्या झोपडपट्ट्यांमध्ये त्सुनामी आल्याची अफवा पसरल्यामुळे हाहा:कार माजला. अंधारात सैरावैरा पळू लागलेल्या २० रहिवाशांचे चेंगराचेंगरीत बळी गेले.

महापुरामुळे साचलेल्या कचऱ्याच्या ढिगामुळे, चिखल, गाळामुळे प्रदूषण वाढले. त्याचप्रमाणे जनावरांची प्रेते पाण्यात सडल्यामुळे पाण्याची वरची पातळी खराब झाली. त्यातून मलेरिया, डेंग्यू, गॅस्ट्रो अशा संसर्गजन्य रोगांची लागण होऊन २००० हून अधिक लोक मरण पावले.

तापमानात २ डिग्री सेल्सियसने वाढ झाली. याचा परिणाम सागर किनारपट्टीवर होऊ शकतो असे विचार इंदिरा गांधी विकास संशोधन केंद्राचे प्राध्यापक विनोद शर्मा यांनी मांडले. या मुंबईच्या संकटावर मात करण्यासाठी नौदलाचा अनेक तुकड्या हजर होत्या. त्यांची मोलाची मदत मुंबईला वाचविण्यात आघाडीवर होती. अनेक स्वयंसेवी संस्था, पोलीस, प्रशासन, सामाजिक चळवळीचे कार्यकर्ते, महाविद्यालयीन राष्ट्रीय सेवा सोजनेचे हजारो स्वयंसेवक या मदतकार्यात अग्रभागी होते.

मुंबई शहरातील पुराची कारणे :

१. मुसळधार पाऊस व समुद्राची भरती

२. साठवलेल्या सांडपाण्याचे अपुरे पम्पिंग

३. सांडपाणी वाहून नेणाऱ्या यंत्रणेत निर्माण झालेला बिघाड आणि तुंबलेली भुयारी गटारे यामुळे पूरस्थिती गंभीर

४. गटारांमध्ये साचलेला घनकचरा व गाळ यामुळे सांडपाणी वाहून नेण्याची क्षमता कमी झाल्यामुळे

५. अंतर्गत सांडपाणी वाहून नेणाऱ्या यंत्रणेची योग्य देखभाल न केल्यामुळे

६. सांडपाणी वाहून नेणारे उघडे पाईप

७. संबधित संस्था व अधिकारी व्यक्ती यांच्यावरील पूरसंबधी जबाबदाऱ्यांचे सुलभीकरण न केल्यामुळे

८. अनधिकृत बांधकामे आणि बेकायदा अतिक्रमणे यांच्यामुळे सांडपाणी वाहून नेण्याच्या यंत्रणेत आलेल्या अडथळ्यांमुळे

पुराचे सर्वसाधारण परिणाम

१. पाणीपुरवठा दूषित होणे.

२. मनुष्य अथवा प्राण्यांचा बुडून मृत्यू अथवा अतिसार, विषाणूजन्य रोगांसारखे साथीचे आजार पसरण्याची भीती.

३. जमीन खचण्यासारखे भौतिक परिणाम दिसून येतात. तसेच पाण्याच्या वेगवान प्रवाहांमुळे बांधकामाचे नुकसान होऊ शकते.

४. जमिनीची झीज झाल्यामुळे ती नापीक होऊ शकते, अथवा समुद्राचे पाणी असल्यास क्षारमिश्रित होऊ शकते.

५. शेतजमिनीचे मोठ्या प्रमाणावर नुकसान झाल्याने आणि साठविलेले धान्य वाया गेल्यामुळे अन्नधान्याची टंचाई जाणवू शकते.

उपायोजना :

१. मैदानात बांधकाम करणे आणि पाण्याचे झिरपणे, पुराचा तडाखा सोसू

शकतील अशी घरे बांधणे, आवश्यक असल्यास खांबावर अथवा उंचवट्यावर बांधकाम करावे.

२. पुरामुळे होणारे नुकसान कमी करणे, हे पूर नियंत्रण विभागाचे उद्दिष्ट आहे. यासाठी वृक्षारोपण, वनांचे संरक्षण करणे, पाण्याच्या प्रवाहातील आणि अन्य पाणीसाठ्यांतील गाळ साफ करणे, तळी आणि तलावांचे जतन करणे आदी उपाययोजनांद्वारे पुराचे प्रमाण कमी केले जाऊ शकते. बंधारे, धरणे आणि कालव्यांमध्ये सुधारणा करून पुराचे पाणी वळविता येते. धरणे मोठ्या प्रमाणावर पाणी साठवितात. आणि पाहिजे तेवढ्या प्रमाणावर सोडू शकतात. पुरावर नियंत्रण ठेवल्यास नुकसानीचा धोका कमी होतो. त्यासाठी वाळूची पोती रचून पुराचे पाणी दूर ठेवणे, दारे, खिडक्या घट्ट बंद करणे अशा उपायांचा वापर करता येतो. तसेच सखल प्रदेशात घरे बांधतांना खांबांचा वापर करून घरे उंचावर बांधून सुरक्षित ठेवता येऊ शकतात.

पाणक्षेत्रापासून लांब अंतरावर घरे बांधणे हाही चांगला उपाय आहे.

३. पूर – मैदानाचा नकाशा तयार करणे ही भागाचे नुकसान कमी करण्यातील सर्वात प्राथमिक पायरी आहे.

४. जमिनीच्या वापरावरील नियंत्रणामुळे पुरादरम्यान जीवित आणि मालमत्तेचे नुकसान कमी करता येईल. महत्त्वाच्या सेवासुविधा सुरक्षित ठिकाणी बांधल्या जाव्यात. खासकरून उंचावरील ठिकाणी, शहरी भागात जलाशय, तलाव, तळ्यासारखे पाणीसाठा करणारे बांधकाम करावे.

१.२.४ चक्रीवादळे

सागरी किनाऱ्यावर राहणाऱ्या गावांना, शहरांना सातत्याने चक्रीवादळासारख्या आपत्तीशी सामना करावा लागतो. चक्रीवादळाचा तडाखा सागरी किनाऱ्यालगतचे संपूर्ण जनजीवन विस्कळीत करतो. तेथील लोकांना अनेकदा शासनाकडून स्थलांतर करण्यासाठी सूचना दिल्या जातात. परंतु उदरनिर्वाहाचा प्रश्न सोडविण्यासाठी त्यांना सागरी किनाऱ्याचा आश्रय घ्यावा लागतो.

चक्रीवादळ म्हणजे काय? समुद्रामध्ये कमी दाबाच्या शांत केंद्राभोवती अतिशय वेगाने फिरणाऱ्या वाऱ्यामुळे निर्माण झालेले व मोठ्या प्रमाणावर हिंसक ठरणारे वादळ म्हणजे चक्रीवादळ. कमी दाबाचे केंद्र अनेकदा सुमारे ताशी ५० कि.मी. इतक्या वेगाने पुढे जाते.

समुद्रकिनाऱ्यावर राहणाऱ्या नागरिकांना चक्रीवादळ ही वारंवार आघात करणारी आपत्ती आहे. त्यापासून त्यांना कायमचे दूर जाता येत नाही. तेथे शिक्षणाचा

मोठ्या प्रमाणावर अभाव असल्यामुळे, लोकांमधील अंधश्रद्धा आणि गैरसमजुतींमुळे यांच्या परिणामामुळे आधुनिक स्वरूपाच्या विचारांना, व्यवहारांना तेथील समाज फारसा प्रतिसाद देत नाही. पूर्वी चक्रीवादळ केव्हा येणार याविषयी अंदाज येत नसे. परंतु सागरी किनाऱ्यालगत वास्तव्य करणाऱ्या प्राण्यांना त्याची निसर्गत:च चाहूल लागत असावी. त्यामुळे त्यांच्या हालचालीत होणारे बदल, त्यांचे एकमेकांना सूचना देणारे विशिष्ट आवाज या विषयीचे अंदाज बांधून ठरावीक ऋतूच्या वेळी तेथील लोक या वादळाच्या आपत्तीपासून स्वत:ला वाचवत असत. मात्र आधुनिक काळात दिवसेंदिवस प्रगतीपथावर असलेल्या तंत्रज्ञानाच्या मदतीने, उपग्रहाच्या मदतीने या चक्रीवादळाच्या निर्मितीचा कालावधी, त्याचा वेग आणि त्याची दिशा या गोष्टींविषयींचे निश्चित अंदाज बांधता येतात. तशा पूर्वसूचना नागरिकांना देऊन त्यांचे तात्पुरत्या कालावधीसाठी स्थलांतर केले जाते. वादळाच्या संभाव्य दिशेबद्दल इशारा देऊन होणारी हानी टाळता येऊ शकते. परंतु जे नुकसान निसर्गत:च होते ते टाळणे अशक्यप्राय आहे.

चक्रीवादळाचे मानवी जीवनावर होणारे परिणाम

वाऱ्याचा वेग, तुफानी वादळे, मोठ्या प्रमाणातील पूर यातून मालमत्तेचे मोठ्या प्रमाणावर नुकसान होते. इमारती आणि संपर्क यंत्रणा, दळणवळणाची साधने कोलमडून पडतात, छपरांचे ती उडून गेल्याने नुकसान होते, जीवितहानी होते, मृत जनावरे पाण्यात वाहून जाऊन साथीच्या रोगांचा प्रसार होतो व मोठ्या प्रमाणावर माणसे दगावू शकतात, शेतातील उभी पिके नष्ट होतात, जमिनीवर ठेवलेल्या धान्याचे साठे कुजतात.

चक्रीवादळे प्रामुख्याने भारतातील पूर्व किनाऱ्याला धोकादायक आहेत. अरबी समुद्रातील काही वादळे पश्चिम किनाऱ्यावरही येऊ शकतात. प्रामुख्याने गुजरात आणि उत्तर महाराष्ट्राच्या किनारपट्टीला त्याचा तडाखा बसतो. बंगालच्या खाडीत तयार झालेल्या वादळांपैकी अनेक वादळे प्रामुख्याने हिवाळ्यात पूर्व किनाऱ्यावर येतात.

वारंवार होणाऱ्या चक्रीवादळांची त्याच्या केंद्राविषयीची संपूर्ण माहिती गोळा करून वादळापासून होणारी वित्त व जीवितहानी टाळता येणे शक्य आहे. वारंवार वादळे होण्याची शक्यता असणाऱ्या दाट लोकसंख्येची वस्ती निर्माण न होऊ देणे हा एक वादळाच्या आपत्तीपूर्वी योजला जाणारा प्रभावी उपाय ठरू शकतो. कारण चक्रीवादळानंतर तेथील जनजीवन पूर्वपदावर आणण्यासाठी शासनावर मोठ्या प्रमाणावर आर्थिक ताण येतो. हा ताण येऊ नये म्हणून चक्रीवादळाच्या संभाव्य धोक्याविषयी सागरी किनाऱ्यावर राहणाऱ्या नागरिकांमध्ये जनजागृती होणे अत्यंत

आवश्यक आहे. चक्रीवादळातील अधिक धोक्याची ठिकाणे कोणती? धोका नसणारी ठिकाणे कोणती? कमी धोक्याची ठिकाणे कोणती? याची पाहणी करून धोका नसणाऱ्या ठिकाणी काही काळासाठी का होईना नागरिकांचे स्थलांतर झाल्यास होणारे संभाव्य नुकसान टाळता येऊ शकते. मात्र त्यासाठी नागरिकांमध्ये जनजागृती होणे आवश्यक आहे.

चक्रीवादळासारख्या आपत्तीला तोंड देऊन नुकसान होणार नाही, अशा प्रकारच्या घरांची निर्मिती करणे आवश्यक आहे. याचबरोबर प्रसिद्धी माध्यमातून येणारी माहिती घेत राहणे आवश्यक आहे.

१.२.५ वीजा

जागतिकीकरणाच्या काळात अत्याधुनिक आणि प्रगत तंत्रज्ञान विकसित झालेले असताना देखील विजेसंबंधी पूर्वसूचना मिळणारी यंत्रणा मानवास तयार करता आली नाही. विद्युत लाटांचे उग्र रूप धारण करणाऱ्या विजांच्या ठिणग्या वित्त व जीवितहानी मोठ्या प्रमाणावर होण्यास कारक ठरतात. आकाशाकडून जमिनीकडे आणि जमिनीकडून आकाशाकडे चक्राकार प्रवास करणाऱ्या विजा कोसळल्यानंतर संपूर्ण मानवी जीवन विस्कळीत आणि भयभीत होते. कारण विजांच्या कडकडाटानंतर बऱ्याचदा मुसळधार पाऊस कोसळतो. परिणामी महापुरासारखी संकटे ओढवली जातात.

वादळाचे घोंगावणे आणि विजांचा कडकडाट अशा दोन आपत्ती एकत्रित येतात. दोन्हींचे प्रमाण एकमेकांवर अवलंबून असते. त्यामुळे दोन्हींमधून होणाऱ्या हानीची तीव्रता भयंकर असते. वादळामुळे शेतातील पिकांचे नुकसान होते तर विजा झाडावर कोसळल्याने झाडे कोसळून पडतात. जमिनीला भेगा पडतात. अशा दुहेरी संकटाला मानवी जीवनाला सामोरे जावे लागते. याचे दीर्घकालीन दुष्परिणाम होतात.

उष्ण हवा बाष्पासह गतीने आकाशाकडे जाते. आणि त्यातून ढगाळ वातावरण निर्माण होते. पाण्याचे थेंब आणि बर्फाच्छादित कण ढगांमध्ये गोलाकार फिरू लागतात. ह्या कणांचे एकमेकांशी घर्षण झाल्यानंतर लगेच विजेच्या प्रखर ठिणग्या निर्माण होतात. या ठिणग्या एकत्र येऊन विद्युतलोट तयार होतात. ते ढगातून जमिनीकडे आणि जमिनीकडून पुन्हा ढगाकडे जातात. ह्या ठिणग्या वातावरणातून फिरताना वातावरणातील हवा प्रचंड प्रमाणात तापली जाते. ही तापलेली हवा अतिशय वेगाने प्रसारीत होते आणि त्याचा मोठा आवाज होतो. मोकळे शेत, मैदान, झाड, समुद्रकिनारा, पर्वत अशा ठिकाणी विजा अधिक प्रमाणात कोसळतात.

ज्यावेळी वीज सजीव प्राणी, माणूस यांच्या अंगावर पडते त्यावेळी शरीराच्या जास्त भागाला विजेचा स्पर्श झाल्यास व्यक्ती, प्राणी दगावतात. कमी स्पर्श झाल्यास व्यक्तीस अपंगत्व येते. अशा अनेक घटना आजवर घडल्या आहेत.

विजेतील तीव्र विद्युत प्रवाह हृदयाच्या कार्मक्षमतेवर परिणाम करत असल्याने काही व्यक्तींना हृदयासाठी उपचार करावे लागतात. तर काहींच्या मेंदू, कान, नाक, डोळे यांच्या कार्मक्षमतेवर परिणाम होतो. त्याचबरोबर मज्जारज्जू व इतर अवयवांच्या बिघाडामुळे श्वसनास अडथळा झाल्याची उदाहरणे पहावयास मिळतात.

जमिनीवरील सर्वात उंच असलेल्या विजेच्या खांबांना, उंच झाडांना, समुद्र किनाऱ्यावरील घरे अशा गोष्टींवर आजवर अधिक वेळा वीज कोसळली आहे. तज्ज्ञांच्या मते वीज कोसळलेल्या परिसरातील पाणी दूषित होते. त्याचप्रमाणे जमिनीतील पाण्याची जी नियमित वाहणारी वाट असते त्यामध्ये बिघाड होतो. कधी-कधी त्या निकामी होतात.

ज्या भागात नेहमी वीज कोसळण्याच्या घटना घडतात त्या भागाचा नकाशा तयार असल्यास वीज कोसळून विस्कळीत झालेल्या जनजीवनाला पूर्व पदावर आणण्यासाठी मदत होते. तसेच वादळानंतर रस्त्यांवर झाडे उन्मळून पडतात व वाहतूक बंद पडते तेव्हा पर्यायी रस्ते चालू करण्यासाठी त्या भागाचा नकाशा उपयोगी ठरतो. खराब हवामान आणि वादळामुळे कोणताही अपघात घडू नये यासाठी हवाई वाहतुकीचे व्यवस्थापन योग्य पद्धतीने करता येईल. समुद्र किनाऱ्यालगत वृक्षांची मोठी भिंत तयार केल्यास ती समुद्रावरून येणाऱ्या वादळांना थोपवू शकते. विद्युत आकर्षण असणाऱ्या मोबाईलसारख्या वस्तूंचा वापर वादळात केल्यास धोका ओढविण्याची शक्यता असते. वादळाच्या दरम्यान नौकाविहार करणे धोकादायक ठरते. लोखंडी वस्तूंवर विजा मोठ्या प्रमाणात कोसळतात. वीज कोसळण्याच्या वेळी घराचे दार उघडे असणे धोकादायक असते. त्यामुळे प्राणहानी टाळण्यासाठी वादळाच्या वाढत्या प्रमाणाच्या वेळी व विजेच्या कडकडाटाच्या काळात घराचे दार बंद असावे.

नैसर्गिक आपत्तीची कारणे :

अचानक उद्‌भवलेल्या नैसर्गिक व मानवनिर्मित घटनांमुळे जीवित व वित्तहानी होते. यापैकी नैसर्गिक आपत्तीमुळे मनुष्य व वित्त हानी मोठ्या प्रमाणावर होते.

भूकंप

नैसर्गिक संकटांपैकी भूकंप ही सर्वाधिक नुकसानकारक नैसर्गिक दुर्घटना मानली जाते. भूकंपाची आपत्ती कुठलीही पूर्वसूचना न मिळता येत असल्याने

भूकंपामुळे होणारे नुकसान/हानी थांबविणे अशक्य असते. मोठमोठ्या इमारती पडल्यामुळे नुकसान मोठे होते म्हणून भूकंपाची कारणे शोधणे आवश्यक ठरते. पृथ्वीच्या भूगर्भातील विविध स्तरांमधील असंतुलनामुळे भूकंप संभवतात.

वादळ

समुद्रामध्ये कमी दाबाच्या केंद्राभोवती अतिशय वेगाने फिरणाऱ्या वाऱ्यामुळे निर्माण झालेले कमी दाबाचे चक्र ताशी ५० कि.मी. इतक्या वेगाने पुढे सरकू लागते. याला चक्रीवादळ म्हणतात. समुद्रकिनाऱ्याला चक्रीवादळांचा तडाखा नेहमी बसतो. आधुनिक काळात तंत्रज्ञानाच्या मदतीने, उपग्रहाच्या मदतीने चक्रीवादळाच्या निर्मितीचा कालावधी, त्याचा वेग आणि त्याची दिशा या गोष्टींविषयींचा निश्चित अंदाज बांधता येऊ लागला आहे. वादळाच्या संभाव्य दिशेबद्दल इशारा देऊन होणारी हानी टाळता येऊ शकते. भारतात पूर्व किनाऱ्यावर किंवा बंगालच्या खाडीत तयार झालेल्या वादळांमुळे प्रचंड हानी होत असते. नुकतेच प. बंगाल, बांग्लादेशात वादळ येऊन प्रचंड हानी घडून आली.

समशीतोष्ण कटिबंधात चक्रीवादळ हे अतिशय गंभीर नैसर्गिक संकट आहे. चक्रीवादळे वातावरणात चक्राकार फिरणारे भोवरे असतात. त्यांची व्याप्ती १५० कि.मी. ते १००० कि.मी. पर्यंत असू शकते. उंची १२ ते १४ कि.मी.एवढी असू शकते. चक्रीवादळे कमी दाबाच्या पट्ट्यात निर्माण होतात. चक्रीवादळामुळे वेगाने वारे वाहतात. मुसळधार पाऊस पडतो व उंच वादळी लाटा उसळतात. वादळी पावसामुळे व लाटांमुळे पूर येतात. यामुळे मोठ्या प्रमाणात जीवित व मालमत्तेचे नुकसान होते.

मानवनिर्मित आपत्तीची कारणे

अ) नीती मूल्यांचा अभ्यास – भ्रष्टाचार : मानवनिर्मित आपत्तींमध्ये आग, अपघात, जैविक, आण्विक, रासायनिक युद्धे, दंगल, चेंगराचेंगरी, बॉम्बस्फोट, दहशतवाद, विषारी वायुगळती, औद्योगिक दुर्घटना, सामाजिक, हुंडाबळी, एकतर्फी

प्रेम, रॅगींग, आर्थिक व राजकीय भ्रष्टाचार ही कारणे असू शकतात. बहुतेक सर्व आपत्ती मानवाच्या निष्काळजीपणामुळे व दुर्लक्ष करण्यामुळे घडून येतात. अनेक आपत्ती टाळता येण्यासारख्या असतात. मात्र भ्रष्टाचारामुळे पोखरलेली नोकरशाही निष्काळजीपणा दाखवते. यामुळे अनेक मोठमोठ्या दुर्घटना घडून येतात. नीतिमूल्यांचा ऱ्हास होत चालल्याने काही प्रशासकीय अधिकारी आपल्या जबाबदाऱ्या नीट पार

पाडत नाहीत. मानवनिर्मित आपत्ती घडून येतात.

ब) अप्रशिक्षित समाज : मानवनिर्मित आपत्तीपैकी बहुतेक आपत्ती या मानवाच्या निष्काळजीपणामुळे घडतात हे आपण पाहिले आहे. रासायनिक आणि औद्योगिक कारखान्यांमध्ये काही ठिकाणी प्रशिक्षित कामगारवर्ग नसतो. परिणामी छोट्या चुकाही मोठ्या आपत्तीला कारणीभूत ठरतात. समाजातील अनेक घटक अप्रशिक्षित असल्याने आपत्ती घडू नये याची काळजी घेतली जात नाही. मांढरदेवी, पुणे येथील चेंगराचेंगरीचे उदाहरण पाहता समाज अप्रशिक्षित होता असे म्हणावे लागते. अफवा किंवा इतर कारणांमुळे मोठमोठ्या घटना घडतात. समाज प्रशिक्षित नसल्याकारणाने दुष्प्रवृत्ती गैरफायदा घेतात. अंधश्रद्धा, गैरसमजुतीतून अनेक प्रसंगी छोट्याशा घटनाही उग्र स्वरूप धारण करतात. आपत्तीप्रसंगी समाजाचे वर्तन कसे असावे, घ्यावयाची काळजी, भूमिका, जागृती याविषयी कसलेही शिक्षण अलीकडच्या काळापर्यंत दिले जात नव्हते. आता मात्र शासनाने याविषयी जागृती निर्माण करण्याचे प्रयत्न वेगवेगळ्या माध्यमातून चालू केले आहेत. सामाजिक बांधिलकी जपण्याच्या हेतूने पुणे विद्यापीठासारख्या शैक्षणिक संस्थाही 'आपत्ती व्यवस्थापना'सारखे विषय अभ्यासक्रमात समाविष्ट करून समाजजागृतीचे काम करीत आहेत. केंद्रसरकार प्रमाणेच राज्यसरका रनेही आपत्ती व्यवस्थापन सुरू केले आहे. याचा उपयोग प्रबोधन, मदत, पुनर्वसन, पुर्नर्निर्माण यासाठी केला जात आहे. ही बाब निश्चितच स्तुत्य आहे.

अतिक्रमण – नद्या : भारतातील अनेक गावे, शहरे नदीकिनारी वसली आहेत. नदी किनारी वसलेल्या या गावांमध्ये, शहरांमध्ये नदीच्या पात्राचा वापर इतर कामांसाठी किंवा रहिवाशी इलाक्यात झालेला दिसतो. या अतिक्रमणांमुळे नद्यांचे पात्र उथळ होऊ लागले. परिणामी पाणी वाहण्यास जागा उरलेली नाही. अतिक्रमणांचे तोटे नदीक्षेत्राला बहुतेक सर्व शहरांमध्ये झाल्याचे दिसते.

मुंबईसारख्या शहरात मोठ्या प्रमाणात अतिक्रमणे झाल्याने पाणी वाहून समुद्रात जाण्याची प्रक्रियाच अडचणीची ठरल्याने दरवर्षीच्या पावसाळ्यात सखल भागात पाणी साठणे, पूर सदृश्य परिस्थिती निर्माण होणे अशा घटना घडतात. आपत्ती कालीन परिस्थितीत व्यवस्थापन करणेही कठीण बनते, इतक्या दाट व प्रचंड वस्त्या निर्माण झालेल्या आहेत. आग, पूर अशा दुर्घटनांच्या वेळी मदतकार्य करणेही शक्य होत नाही. खबरदारीचे कोणतेही उपाय अशा ठिकाणी नसतात.

पर्यावरणाचा ऱ्हास होण्याचे कारण अतिक्रमण हेही आहे. सरकारने निर्बंधित केलेल्या जागांवर पर्यावरणासाठी बागा तयार करणासाठी आरक्षित केलेल्या जागांवरही मोठ्या प्रमाणात अतिक्रमणे झालेली दिसतात. त्यामुळे पर्यावरण नष्ट झाल्यामुळे

प्रदूषण वाढत आहे व आरोग्याला धोका निर्माण होत आहे. पर्यावरणाच्या रक्षणामध्ये होत असलेल्या दुर्लक्षामुळे नैसर्गिक आपत्तींना एक प्रकारे आमंत्रणच दिले जाते.

जंगलतोड : शहरांच्या, गावांच्या उभारणीसाठी मोठ्या प्रमाणात जंगलतोड होते. त्यामुळे वाढत्या लोकसंख्येच्या मागणीमुळेही मोठी जंगलतोड होते. परिणामी पर्यावरणाचे संतुलन बिघडत चालले आहे. प्रदूषणामुळे हवामानात बदल होत आहे.

जागतिक तापमानात पर्यावरणाच्या ऱ्हासामुळे वाढ होत आहे. सरकारी नियमांचे, निर्बंधाचे उल्लंघन करून मोठ्या प्रमाणात जंगलतोड केली जाते. इमारतींना, फर्निचरसाठी, जळाऊ म्हणून मोठ्या प्रमाणात वापर केला जातो. इंधन म्हणूनही वापर होतो. परिणामी या वाढत्या जंगलतोडीचा मानवी जीवनावरही विपरीत परिणाम होत आहे. अवर्षण/दुष्काळ यांसारख्या अनेक गोष्टी घडत आहेत. मानवी कृत्यामुळेच मानवी जीवन धोक्यात येत आहे.

❏

अवर्षण व दुष्काळ

अवर्षण म्हणजे काय?

कमी पावसामुळे अन्नधान्याच्या उत्पादनात जी लक्षणीय घट होते. त्या स्थितीला अवर्षण म्हणतात. एखादा प्रदेश अवर्षण प्रदेश म्हणून जाहीर करण्यासाठी सरकारतर्फे दोन मुख्य दर्शकांचा (इंडिकेटर) वापर करण्यात येतो. एक म्हणजे त्या भागातील सरासरी पावसाच्या प्रमाणात झालेली लक्षणीय घट आणि दुसरे म्हणजे 'पैसेवारी' (पिकतोडणीचे प्रयोग आणि प्रत्यक्ष पाहून अंदाजे पीक उत्पादन ठरविणे) जर तिच्या सरासरी उत्पादनापेक्षा उत्पादनाहून कमी असेल तर, एखाद्या भागात निर्माण झालेली अन्नटंचाई म्हणजे दुष्काळ, तरी अवर्षण आणि दुष्काळ या दोन्हींना एकाच अर्थाने संबोधित करण्यात येत असले तरी या दोन्ही गोष्टी भिन्न आहेत. हे अवर्षण कशा प्रकारे हाताळले जाते त्यावरून दुष्काळ होणार अथवा नाही हे अवलंबून असते.

पूर्व सूचना आणि इशारा : अवर्षण हे सावकाश येणारे संकट आहे आणि त्याची पूर्वसूचना अथवा शेवट याची सीमा आखणे अवघड आहे. अर्थात मान्सूनच्या शेवटी साधारणपणे ऑक्टोबर, नोव्हेंबरमध्ये एकूण पावसाचा अंदाज करून त्याप्रमाणे पाण्याचा साठा ठरविणे हा एक चांगला उपाय आहे. अवर्षणामुळे पावसाळी पिकांवर सर्वांत वाईट परिणाम होतो आणि त्या पाठोपाठ सिंचन पिकावरही परिणाम होतो. पावसाला पर्याय असलेल्या पाण्याच्या साठ्याची (भूमिगत आणि कालवे) संख्या कमीतकमी असलेल्या प्रदेशात वन जमिनीचे आच्छादन कमी होणे किंवा पर्यावरण चक्रात बदल होणे यांसारखे परिणाम घडून येऊ शकतात. तर शेतीला पर्याय किंवा पुरक असलेल्या परंतु अविकसित भागावरही आवर्षणाचा मोठा परिणाम होतो. मेंढपाळ, भूमिहीन, शेतमजूर, कमी जमीन असलेला शेतकरी, महिला, मुले, शेतीसाठी लागणारी जनावरे या घटकांवरही अवर्षणाचा वाईट परिणाम होतो.

सर्वसाधारण परिणाम : अन्य नैसर्गिक आपत्तीसारखे अवर्षणामुळे कोणत्याही बांधकामाला अथवा रचनेला धोका पोहचत नाही. अवर्षणाचे परिणाम म्हणजे पिके नष्ट होणे.

दूध उत्पादन, लाकूड, मत्स्य उत्पादन सातत्याने नष्ट होणे, पाणी खेचण्यासाठी अधिक विजेची मागणी, कमी ऊर्जा उत्पादन, वाढलेली बेरोजगारी, जैविक विविधतेचा नाश, हवा, पाणी आणि जमिनीचा दर्जा ढासळणे, भूमिगत पाण्याची पातळी कमी होणे, अन्नधान्य टंचाई, आरोग्याची हेळसांड आणि मृत्यू, वाढती गरिबी, जीवनाचा खालावलेला दर्जा आणि मोठ्या प्रमाणावर स्थलांतर झाल्याने सामाजिक रचनेवर परिणाम हे अवर्षणाचे परिणाम आहे.

उपाय योजना : पावसाचे प्रमाण जलाशय, तलाव, नद्या आणि पाण्याचे उपलब्ध स्रोत यांची समाजाच्या विविध घटकांच्या गरजेशी तुलना करून निरीक्षण ठेवावे. कोरडवाहू शेतीच्या माध्यमातून सलग सम पातळी चराचे प्रयोग करून पाणीपुरवठयात वाढ करणे. पर्यायाने पाण्याचा साठा वाढविणे. पाण्यावरील शेतीबाबत सर्व शेतीतून वाहून जाणारे पाणी एका जागी एकत्रित होईल अशी रचना करणे (शेततळे किंवा जमिनी झिरपू देणे उदा. कंटूर बांधणे, कंटूर शेती किंवा पायऱ्या पायऱ्यांची शेती इत्यादी) यामुळे पाण्याच्या उपलब्धतेत वाढ होते आणि शेती उत्पादन स्थिर होण्यास मदत होते. जलसिंचन सुविधा जास्तीत जास्त भागात पुरविल्यास या वर्षाचे अवर्षणाचे परिणाम कमी होतात. जमिनीच्या क्षमतेनुसार लागवड केल्यास जमीन आणि पाणी आवश्यक तितकेच वापरले जाते आणि गैरवापर केल्याने झालेली अवाजवी हानी टाळता येते. अवर्षणाचा कमीतकमी परिणाम होईल अशी उपजीविकेची साधने निवडणे, त्यामध्ये शेतीव्यतिरीक्त रोजगाराच्या संधी जंगलातून उपलब्ध करणे, शेतीपालन, सुतारकाम आदींचा समावेश असू शकतो.

अवर्षणाचे शहरी भागातील उपाय : शहरातील राहणीमान हे पाण्यावर मोठ्या प्रमाणात अवलंबून असते. आपल्याला आंघोळ करताना वापरला जाणारा शॉवरचा, हिरवळीला पाणी घालण्यासाठी फवारे, गाड्या धुण्यासाठी पाणी, अन्य गोष्टींसाठी भरपूर पाणी वापरण्यास आवडते. कमी वापर, पुनर्वापर आणि प्रक्रिया करून वापर ही पाणी साठवण्याची मूलभूत तत्त्वे आहेत. त्यामुळे पाण्याच्या वापरावर लक्ष ठेवणे ही तत्त्वे परिणामकारकरित्या अमलात आणली जाऊ शकतात. त्याखेरीज पाणी वापर योजना आणि पाण्याची उपलब्धता व गरज यांच्यातील समतोलावर सातत्याने लक्ष ठेवणे अत्यावश्यक आहे.

पृथ्वीवरील नैसर्गिक आपत्तीमधील एक सर्वात महत्त्वाची आपत्ती म्हणजे दुष्काळ. पावसाअभावी होणारा पाण्याचा तुटवडा, अपूर्ण धान्य उत्पादन आणि कमी पाणी पुरवठा यामुळे दुष्काळाची समस्या निर्माण होते. दुष्काळ आणि अवर्षण या समस्या मानवाला त्याच्या पृथ्वीतलावरील अस्तित्वापासून परिचित आहेत. पौराणिक आणि ऐतिहासिक घटनांवरून आढळते की, गतकाळात पृथ्वीवर अनेक दुष्काळ पडले आहेत. दुष्काळ केवळ पृथ्वीवरील विविध भागांशी किंवा ठरावीक कालावधीसाठी मर्यादित नाही तर त्यांचे सातत्य दिसून येते. तथापि दुष्काळ ही आपत्ती नैसर्गिक जलचक्रशी संबंधीत आहे.

भारताच्या हवामानशास्त्र विभागाने केलेल्या व्याख्येनुसार दुष्काळ म्हणजे कोणत्याही प्रदेशात आढळणारी अशी स्थिती की, जेथे वार्षिक सरासरी पर्जन्य सर्वसाधारण पर्जन्याच्या ७५% पेक्षा कमी असते. दुष्काळाचे सर्वसाधारण – सौम्य दुष्काळ आणि प्रखर दुष्काळ – असे दोन भागात वर्गीकरण केले जाते. सौम्य दुष्काळ म्हणजे अशी स्थिती की, जेथे पर्जन्य प्रमाण २० ते ३०% याच्या दरम्यान असते. तर प्रखर दुष्काळ म्हणजे अशी अशी स्थिती की, जेव्हा पर्जन्य न्यूनतेचे प्रमाण ५०% पेक्षा जास्त असते.

भारत हा विस्तीर्ण उपखंडीय प्रदेश असून ४९०७ दशलक्ष हेक्टर जमीन दुष्काळग्रस्त आहे. भारताच्या एकूण भौगोलिक क्षेत्रफळापैकी दुष्काळग्रस्त क्षेत्रफळाचे प्रमाण अंदाजे १६% इतके आहे. जे अतिशय चिंताजनक व काळजी करायला लावणारे आहे.

एवढेच नव्हे तर प्राकृतिक भूगोल, भूशास्त्र, वातावरण, भूपृष्ठ रचना इत्मादींच्या बाबतीत आपल्याकडे विविधता दिसून येते. हे सर्व घटक लक्षात घेता भारताचे एकंदरीत हवामान आणि त्यांची रचनांच्या बाबतही भिन्नता दिसते. उदा. भारतातील पर्जन्य हा प्रामुख्याने मोसमी स्वरूपाचा आहे. शिवाय तो अनियमित आणि अप्रमाणीत स्वरूपाचा आहे. कधी अति जास्त तर कधी खूपच कमी पाऊस यामुळे भारतात दुष्काळ या समस्येची तीव्रता, कधी ओला दुष्काळ म्हणून तर कधी कोरडा दुष्कळ म्हणून सदैव भेडसावतो.

दुष्काळाचे परिणाम :

१. प्राकृतिक परिणाम : वातावरणातील शुष्कता सातत्याने राहिल्याने व जमिनींना पाणी न मिळाल्याने जमिनीचे कण एकमेकांपासून सुटे होत राहतात. मुळात कोरड्या असलेल्या प्रदेशात दुष्काळी परिस्थितीमुळे व पाण्याच्या प्रभावामुळे त्या प्रदेशातील वनस्पती जीवनच नष्ट होऊ लागते त्यामुळे जमीन उघडी पडते. मुळांचा

आधार नसल्यामुळे वाऱ्याबरोबर मोकळ्या मातीची मोठ्या प्रमाणात धूप होते. मात्र या जमिनीच्या धुपेचे परिणाम दीर्घकालीन होतात. मातीचा चांगल्या दर्जाचा पोत निर्माण होण्यास बराच काळ लागतो. अशी जमीन शेतीस उपयुक्त ठरत नाही. यास दीर्घकालीन ठरणारा दुष्काळाचा परिणाम म्हणतात. मातीच्या धुपेव्यतिरिक्त भूरचनेत मूलभूत बदल होत असले तरी ते परिणाम दुष्काळी परिस्थितीत दिसत नाहीत.

२. आर्थिक परिणाम : शेती उत्पादनात होणाऱ्या नुकसानामुळे आर्थिक तोटा मोठ्या प्रमाणात होतो. शेतीखालील क्षेत्र पडून राहते. त्यामुळे शेती उत्पादने निघत नाहीत व धान्य टंचाई निर्माण होते, त्याचबरोबर लोकांना रोजगार उपलब्ध होत नाही. कृषी उत्पादनावर आधारीत असणारे सुती वस्त्रोद्योग, साखर उद्योग यासारखे व्यवसायही धोक्यात येतात. त्यामुळे बेकारी वाढते व आर्थिक नुकसान होते. उत्पादने घटल्याने वाहतूक, व्यापार यासारख्या साहाय्यक उद्योगांना चालना न मिळाल्याने या उद्योगात घट येत राहते. या सगळ्यांचा एकत्रित परिणाम होऊन त्या प्रदेशाचे आर्थिक नुकसान होते व आर्थिक घडी विस्कटते.

३. सामाजिक परिणाम : अन्न, वस्त्र, निवारा यासारख्या प्राथमिक गरजा भागविल्या न गेल्याने, सामाजिक अस्थिरता निर्माण होते. अन्नधान्याच्या टंचाईबरोबर इतर उद्योग बंद पडल्याने बेकारीत भर पडते. ग्रामीण भागात पाण्याची टंचाई निर्माण झाल्याने लोकांना शहराकडे स्थलांतर करणे भाग पडते. त्यामुळे शहरात लोकसंख्या वाढून अनेक प्रश्न निर्माण होतात. शहराकडे सुरू झालेले असे स्थलांतर थांबविणे सहज शक्य होत नाही. त्यामुळे शहरात सामाजिक प्रश्न उद्‌भवतात. उदा. गुन्हेगारीचे प्रमाण वाढणे, अनैतिक व्यवहारांना प्रोत्साहन मिळणे, जातीजमातीतील तंटे वाढतात, सामाजिक तणाव निर्माण होतात.

४. राजकीय परिणाम : दुष्काळामुळे शेती उत्पादनावर, उद्योगधंद्यावर परिणाम होऊन बेकारीत भर पडते, गुन्हेगारी वाढते. या सर्वाचा परिणाम तेथे अन्य व्यवस्थेवर होतो. लोकांमधील असंतोष, उपासमारी, लूटमार यामुळे सत्तेवर असलेल्या सरकार विरोधी वातावरण निर्माण होते. परिणामी संप, बंद, मोर्चे इत्यादींचे प्रमाण वाढते व राजकीय अस्थिरता निर्माण होण्याची शक्यता वाढते. राज्यसत्तेविषयी मुळातच काही तक्रारी असल्यास अशा अस्थिरतेचा परिणाम होऊन असंतोष वाढण्याचा संभव असतो.

५. इतर परिणाम :

१. पाण्याची दुर्मिळता व तुटवडा

२. शेती उत्पादन घेण्यात अडचण व अपयश

३. लोकसंख्येचे व पशुधनाचे स्थलांतर
४. हवामान विषयक परिस्थितीत बदल
५. विकासात अडथळे निर्माण होतात.
६. सामाजिक व आर्थिक अस्थिरता
७. अन्नधान्यांच्या किमतीत वाढ
८. रोगांचा प्रसार व फैलाव
९. सामाजिक असुरक्षितता
१०. उद्योगांना पुरविल्या जाणाऱ्या कच्च्या मालाचा अपुरा पुरवठा
११. बेकारीची समस्या
१२. राष्ट्रीय-प्रादेशिक उत्पादनात घट इ.

दुष्काळावर मात करण्यासाठी महत्वाचा उपाय म्हणजे पाणी अडवा, पाणी जिरवा ही मोहीम सरकारच्या रोजगार हमी योजना किंवा तत्सम योजनांमधून अशा प्रकारची अनेक कामे झालेली आहेत. सरकारवर किंवा स्वयंसेवी संस्थांवर अवलंबून न राहता, पाणी अडविण्याच्या अनेक उपाययोजना लोकांनी स्वत: केलेल्या दिसून येतात. विविध प्रकारचे बंधारे उदा. गॅबीयन, वनराई, माती, दगडी, सिमेंट सलग समपातळी चर, शेततळी, पाझर तलाव असे नानाविध प्रयोग करण्यात आले आहेत. सलग समपातळी चराचे यामध्ये वेगळे महत्व आहे.

तसे म्हटले तर गेल्या ५० वर्षाची पावसाची सरासरी पाहता महाराष्ट्रात पावसाचे प्रमाण वाढत आहे असे शास्त्रज्ञांना आढळून आले आहे. याचाच अर्थ पाऊस कमी पडत नाही आणि म्हणून पाणी अजिबात कमी झालेले नाही. मग असे असताना पाण्याचा दुष्काळ का? त्याचे कारण असे आहे की, महाराष्ट्रात पावसाळा ४ महिने असला तरी प्रत्यक्षात पाऊस २५ ते १२० दिवसातच पडतो. म्हणजे देशावर सुमारे (कमीतकमी) २५ दिवस पाऊस पडतो, तर कोकणात १२० दिवस पाऊस पडतोच असे नाही, तर दिवाळीतील काही काळच तो पडतो. सर्वसामान्य ठोकताळ्यानुसार जेवढा सेंटिमीटर पाऊस त्या भागात पडतो तितकेच तास तो पडलेला असतो. उदा. पावसाची महाराष्ट्रात सरासरी ६५० मि.मी. धरली तरी तो पाऊस ६५ सें.मी. होतो. तो फक्त ६५-७० तास पडलेला पाऊस आपणांस वर्षभर ८७६० तास (वर्षाचे तास) वजा ७० तास म्हणजेच ८६९० तास वापरासाठी साठवायचा आहे. याचा अर्थ पाऊस अल्पकाळात पडतो. तो उर्वरीत कालावधीसाठी वापरता आला पाहिजे. हे शक्य आहे. काय? होय, हे शक्य आहे.

ज्या कारणांमुळे विपरीत परिस्थिती निर्माण झाली ती कारणे शोधून त्यावर

उपाय योजल्यास परिस्थिती बदलता येते. थोडक्यात, उजाड रानावर जंगलसंपत्ती निर्माण करणे, जमिनीची धूप थांबविणे, पडणाऱ्या पावसाचा प्रत्येक थेंब जमिनीत मुरविणे. जमिनीतील पाण्याची पातळी पुनर्भरणाद्वारे वाढविणे आणि उपलब्ध पाण्याचा ज्ञानाधिष्ठित व न्याय्य वापर करणे, अर्थात गावच्या पाण्याचा प्रश्न शास्त्रोक्त पद्धतीचा आधार घेऊन परिसर विकासाद्वारे सोडविता येतो. त्यासाठी सलग समान पातळी चरांचा - अर्थात सी.सी.टी.चा वापर करून परिसर विकास घडवून आणता येतो व पाण्याचा प्रश्न सोडविला जाऊ शकतो तोही बारमाही टँकरद्वारा पाणीपुरवठा होणाऱ्या गावांना. यासाठी पुणे विद्यापीठाच्या राष्ट्रीय सेवा योजना विभागाने काम केलेल्या ८५ गावांपैकी एका गावाचे उदाहरण येथे नमूद करावेसे वाटते. ते म्हणजे पुरंदर तालुक्यातील दौंड. जेजुरीकडून नीरेस जाताना ज्ञानेश्वर माउलीच्या पालखी मार्गावरील गाव ज्या गावात पूर्वी ऑक्टोबर/नोव्हेंबर नंतर ओढे-नाले आटून जायचे, दिवाळीनंतर लगेच टँकर सुरू व्हायचा तो थेट जूनपर्यंत. लोकांना लांब अंतरावरून डोक्यावर पाणी आणावे लागायचे. केवळ पावसावर अवलंबून असल्याने जेमतेम एखादे पीक हाती यायचे. दौंड येथील टेकडीवर साधारणत: १०५०० मी. लांबीचे सलग समपातळी चराचे काम झाले. या चरांमधून १० हजारापेक्षा जास्त झाडे लावण्यात आली. मागील २ वर्षांत एकदाही टँकर बोलवावा लागला नाही. विहिरीच्या पाण्याची पातळी वाढली.

गावातील एका विहिरीला नोव्हेंबरनंतर जूनपर्यंत पाणी नसायचे. आज त्या विहिरीवरून लोक मे महिन्यात वापरासाठीसुद्धा पाणी नेत आहेत. राष्ट्रीय सेवा योजनेच्या स्वयंसेवकांनी १० दिवसांच्या ११ शिबिरांमधून गावकऱ्यांच्या सहकार्यातून ही किमया घडवून आणली. लोकसहभागातून एखाद्या आपत्तीवर कशी मात करता येते याचे हे उत्तम उदाहरण होय. अशा प्रकारे महाराष्ट्रातील सुमारे ६७० गावांमध्ये ४६००० कि.मी. लांबीचे चर मागील ५ वर्षात तयार केले गेले. वनखात्याने श्री. वसंत टाकळकर यांच्या मार्गदर्शनाखाली सुमारे १२ लाख लोकांच्या पिण्याच्या पाण्याचा प्रश्न सोडविला आहे. १०० पेक्षा जास्त गावे टँकरमुक्त झाली आहेत. शिक्षणक्षेत्रात अग्रणी असणाऱ्या पुणे विद्यापीठाने सामाजिक बांधिलकी समजून, ओळखून २००४ सालापासून राष्ट्रीय सेवा योजनेमार्फत सुमारे ४५ ठिकाणी सलग समपातळी चराचे प्रयोग करण्यास सुरुवात केली. सुमारे १५० कि.मी. (१.५ लाख मीटर) लांबीचे मीटर चर गेल्या २ वर्षांत खोदून त्यावर वृक्षलागवडीचा कार्यक्रम राबविला. सलग समपातळी चराचे काम केलेल्या क्षेत्राखालील विहिरीच्या तसेच तलावांच्या पाण्याची पातळी वाढल्याचे स्थानिक लोक आवर्जून सांगत आहेत.

अशा प्रकारचा लोकाभिमुख कार्यक्रम देशात पुणे विद्यापीठाने प्रथमच सुरू करून एक आदर्श निर्माण केला आहे. तसेच खेडेगावच्या पाण्याचा, जनावरांच्या चाऱ्याचा आणि बागायती शेतीसाठी पाण्याचा प्रश्न नक्कीच सोडवू शकतो हे दाखवून दिले आहे. गरज आहे ती राज्यभर सलग समान समपातळी चर सारखे तंत्र वापरून पाणी अडविण्याची किमया करण्याची. यासाठी सर्व स्तरांतील इच्छाशक्ती निर्माण करणे आवश्यक आहे. ज्याला पटले आहे त्याने ते दुसऱ्यास सांगणे आवश्यक आहे.

औद्योगिक व रासायनिक दुर्घटना

संकल्पना

मानवी जीवन अधिकाधिक सुखकर व्हावे व त्यासाठी आवश्यक असलेल्या सर्व प्रकारच्या वस्तू त्याला सहजगत्या उपलब्ध व्हाव्यात या उद्देशाने मानवाने संशोधन केले गेले. गरज ही शोधाची जननी मानली जाते. मानवाच्या जीवनावश्यक गरजा भागविण्यासाठी सर्व प्रकारच्या वस्तू निर्माण करणाऱ्या उद्योगांची कालपरत्वे सुरुवात झाली व त्यामध्ये वाढत्या लोकसंख्येच्या गरजेनुसार प्रचंड प्रमाणावर वाढही होत गेली. त्यामध्ये खाण्यापिण्याच्या अत्यावश्यक वस्तूंपासून ते चैनीच्या सर्व वस्तू निर्माण करण्याऱ्या उद्योगांचा समावेश आहे. अशा सर्व प्रकारच्या वस्तूंच्या उत्पादनासाठी विविध प्रकारची रसायने वापरावी लागतात. ज्यामध्ये आम्ले, अल्कली, द्रावणे, विषारी घटक असलेली द्रव्ये, तसेच विषारी वायूंचाही यात समावेश आहे. याचबरोबर वेगवेगळ्या प्रकारची स्फोटके, ज्वलनशील वायू, इंधने, अन्य ज्वालाग्राही पदार्थ, किरणोत्सारी पदार्थ इत्यादींचाही सर्रास वापर कारखान्यांमधून सातत्याने केला जातो. रासायनिक प्रकल्पांबरोबरच इतरही अनेक ठिकाणी अशा प्राणघातक वस्तूंचा साठा मानवाच्या दैनंदिन गरजा भागविण्यासाठी करण्यात येतो. यामध्ये रॉकेल, डिझेल, पेट्रोल, स्वयंपाकाचा गॅस, औषधे इत्यादी बाबी प्रामुख्याने समाविष्ट आहेत. हॉस्पिटल्स, शाळा-महाविद्यालयांच्या प्रयोगशाळा, औषधांची दुकाने, संशोधन संस्था इत्यादी ठिकाणी रसायनांचा वारंवार वापर होत असतो. सारांश रूपाने असे म्हणता येईल की, आपल्या आजूबाजूला घरात, गावात, भोवतालच्या वातावरणात विविध प्रकारची रसायने विविध कारणांसाठी साठविलेली असतात. परंतु सामान्य माणसाला या रसायनांच्या अथवा घातक वस्तूंच्या सानिध्यात कसे जगायचे, त्यापासून उद्‌भवणाऱ्या परिणामांना सामोरे कसे जायचे याचे ज्ञान असतेच असे नाही. त्यामुळे त्या वस्तू, रसायने अथवा विषारी वायू हाताळताना विशेष खबरदारी घेतली नाही तर मोठ्या

दुर्घटनेला सामोरे जावे लागते हे अनेक घटनांवरून आपण अनुभवले आहे. कारखान्यातील कामगाराच्या हलगर्जीपणामुळे बऱ्याच दुर्घटना घडू शकतात. उत्पादनामध्ये प्रत्येक रसायनांसाठी काही अटींचे पालन करणे आवश्यक असते, उदा. त्यांचे तापमान, पी.एच. इ. अशा अटींचे पालन झाले नाही तर स्फोट होणे, आग लागणे, वायू गळती होणे, अनावश्यक रसायने अभिक्रिया होऊन विषारी वायू तयार होणे इत्यादी प्रकारच्या प्राणघातक घटना घडून तेथील सर्वच वातावरण प्रदूषित होऊ शकते. ज्यामुळे कारखान्यातील कामगारच नव्हे तर त्या परिसरातील संपूर्ण जीवन प्रभावित होऊन प्रचंड प्रमाणावर जीवित व वित्त हानी होऊ शकते, हे भोपाळ वायू गळतीच्या दुर्घटनेने दाखवून दिले आहे. जपानच्या अपघातातही इतिहास हेच सांगतो. तेथील कारखान्याच्या मैल्यामध्ये पाऱ्याचा अंश गेल्याने, व तो पारा माशांच्या शरीरात शोषला गेल्याने ज्या हजारो लोकांनी त्या पाण्यातील मासे खाल्ले ते सर्वजण मरण पावले. अशी कितीतरी उदाहरणे देता येतील. आज असंख्य प्रकारची औषधे, सौंदर्य प्रसाधने, कीटकनाशके, यांच्या माध्यमातून मानवी शरीराचा वेगवेगळ्या रसायनांशी संबध येत आहे. याचबरोबर अण्विक स्फोटामुळे, बॉम्बस्फोट किंवा किरणोत्सारीत पदार्थामुळे होणाऱ्या दुर्घटनाही आपणास नवीन नाही. अशा दुर्घटनांचा तर पुढील कित्येक पिढ्यांवर घातक परिणाम होऊ शकतो हे आपण हिरोशिमा व नागासाकी आणि चेर्नोबिल दुर्घटनेवरून अनुभवलेले आहे.

औद्योगिक वसाहतीमध्ये जेव्हा रसायनांची गळती होणे, स्फोट होणे अथवा आग लागणे अशा घटना घडतात तेव्हा त्या परिसरातील लोकांना प्रामुख्याने खाली नमूद केलेल्या धोक्यांना सामोरे जावे लागते.

१. प्रदूषित वातावरणामुळे श्वासोच्छवासास त्रास होणे.

२. हवेतील प्राणवायूचे प्रमाण कमी होणे.

३. यंत्रसामुग्री कोसळल्यामुळे अपघात.

४. स्फोटामुळे परिसरातील इमारती कोसळणे, विषारी वायूंच्या व रसायनांच्या साठ्यांना गळती लागणे.

५. ज्वालाग्रही रसायनांना आग लागून पाणी, जमीन आणि हवा मोठ्या प्रमाणात प्रदूषित होणे.

औद्योगिक दुर्घटनांच्या तीव्रतेचे परिणाम :

कोणत्याही वस्तूंचे मोठ्या प्रमाणावर **(Industrial Scale)** उत्पादन करताना मानवी जीवनाला आणि जीवनोपयोगी साधनसामग्रीला औद्योगिक अपघातांचा धोका

असतो. जेव्हा हा धोका माणसाच्या नियंत्रणापलीकडे जातो अथवा त्या वातावरणात सामावून जाण्याच्या क्षमतेपेक्षा वाढतो, तेव्हा औद्योगिक दुर्घटना घडू शकते. औद्योगिक दुर्घटना उत्पादनाच्या कोणत्याही टप्प्यांमध्ये घडू शकते. यामध्ये कच्च्या मालाचा साठा करताना, तेथून तो वापरासाठी काढताना, हाताळताना प्रक्रिया करताना व तयार मालाची वाहतूक करताना अशा टप्प्यांचा समावेश आहे. अनेक प्रकारची रसायने, किरणोत्सारी पदार्थ, जैविक साधने किंवा ज्वालाग्राही पदार्थांची वाहतूक करताना विशेष काळजी घेणे आवश्यक असते. जर ती घेतली नाही तर उद्योगाच्या बाहेर, रस्त्यांवरही असे अपघात होऊन त्या परिसरातील जीविताला धोका संभवतो. दैनंदिन वापरातील वस्तूंमध्ये काही घातक रसायने वापरावी लागतात. ज्यामुळे पर्यावरण धोक्यात येऊ शकते. उदा. रेफ्रिजरेटरमध्ये वापरल्या जाणाऱ्या क्लोरोफ्लुरोकार्बन मुळे वातावरणातील ओझोनचा स्तर हळूहळू नष्ट होऊ पाहत आहे. हा स्तर सूर्याच्या अतिनील किरणांपासून आपल्या त्वचेचे रक्षण करतो. जर कालांतराने हा स्तरच नष्ट झाला तर त्वचेचे गंभीर विकार उद्‌भवू शकतात. यावरून रेफ्रिजरेटरमुळे किंवा वातानुकूलीत करणाऱ्या उपकरणामुळे एकीकडे मानवी जीवन सुखी झाल्याचे दिसते तर दुसरीकडे ओझोनचा स्तर नष्ट होण्यासारख्या आपत्तीचा धोकाही संभवतो.

औद्योगिक दुर्घटनांचे प्रमाण कमी करून खाणी, धातू उद्योग, ऊर्जा केंद्रे किंवा औद्योगिक सामग्री वाहून नेणारी वाहने, जहाजे, रेल्वेवाहतूक अशा ठिकाणी सुरक्षित औद्योगिक तंत्रज्ञान आणि सुधारीत कार्यपरिस्थिती निर्माण व्हावी यासाठी अनेक सार्वजनिक हिताचे कायदे करण्यात आले आहेत. यामध्ये प्रामुख्याने कंपनी कायदा १९७६, औषध नियंत्रण कायदा १९५५, अन्न भेसळ प्रतिबंधक कायदा १९७६ आणि जंतुनाशक/कीटकनाशक कायद्यांचा समावेश आहे.

औद्योगिक दुर्घटना : लक्षणे/धोके

औद्योगिक वसाहतींमध्ये अथवा अन्यत्र असलेल्या उद्योगांमध्ये जेव्हा दुर्घटना घडते त्यावेळी साधारणपणे खालील लक्षणे अनुभवास येतात ज्यातून पुढे गंभीर दुखापत होण्याचा धोका निर्माण होऊ शकतो. अशा दुर्घटनेच्या ठिकाणापासून वाऱ्याच्या विरुद्ध दिशेने दूरवर निघून जाणे हितावह असते.

दुर्घटनेची लक्षणे :

१. डोळ्याची जळजळ होणे.

२. उग्र वास येऊन श्वसनाचा त्रास होणे.

३. घशात खवखवणे.

४. त्वचेची आग होणे.

५. धूर आणि आगीच्या ज्वाला बाहेर पडणे.

६. रसायनांची वाहतूक करणारा ट्रक, टँकर अथवा ट्रेलर उलटून द्रव पदार्थाची गळती होणे.

दुर्घटनेची पूर्व सूचना :

औद्योगिक अपघातामध्ये परिस्थितीनुसार वेगात (काही मिनीटे अथवा तास) किंवा अचानक (इशाऱ्याविना) दुर्घटना होऊ शकते. जर उत्पादने आणि त्यावरील प्रक्रिया यांची मालिका असेल तर त्यानुसार पूर्व सूचना किंवा इशारा मिळू शकतो. रसायनांची गळती ही बऱ्याचदा मानवी चुकांमुळे, तांत्रिक बिघाडामुळे अथवा भूकंपामुळे, आगीमुळे किंवा पूर परिस्थिती ओढवल्यामुळे होऊ शकते. जर अशा प्रकारची आपत्तीजन्य परिस्थिती निर्माण झाली नाही किंवा काही मानवी चूक झाली नाही तर दुर्घटनेची पूर्व सूचना देता येणे शक्य असते. मात्र याकरिता सर्व औद्योगिक साधनसामुग्रीवर नजर ठेवणे, धोकादायक परिस्थितीची सूचना देऊ शकणारी यंत्रणा बसविणे आवश्यक आहे. उदा. भोपाळच्या युनियन कार्बाईड कंपनीमध्ये मिथील आयसोसायनेट साठविलेल्या टाकीचे तापमान व दाब दर्शविणारी यंत्रणा कार्यरत असती तर या दुर्घटनेत बळी गेलेल्या १२ हजार लोकांचे प्राण वाचविता आले असते.

दुर्घटनाजन्य घटक :

औद्योगिक दुर्घटनेमुळे केवळ दुर्घटना परिसरच प्रभावीत होतो असे नाही तर अपघातामुळे हवा अथवा पाण्यात मिसळलेले हानीकारक घटक खूप लांबवर जाऊ शकतात. तेथील हवा व पाणी प्रदूषीत करून मानवी जीवनाला अत्यंत विघातक करू शकतात. उद्योगाची स्थापना केलेल्या ठिकाणाला व तेथील परिसरातील नागरी वसाहतींना अशा दुर्घटनांना वारंवार सामोरे जावे लागते. कारखाना परिसरातील वातावरणाच्या प्रदूषणामुळे कारखान्यातील कामगारांबरोबरच अन्य नागरिक, शाळा – महाविद्यालयातील मुले, जनावरे, पशु-पक्षी तसेच पिकेही नष्ट होण्याचा धोका असतो. खाणकामासाठी केलेल्या स्फोटांमुळे खाणींबरोबरच संपूर्ण परिसराला केव्हाही मोठा धोका संभवतो.

युद्धप्रसंगी वापरण्यात येणाऱ्या सामुग्रीमध्ये गेल्या काही वर्षांपासून आण्विक, रासायनिक व जैविक सामुग्रीचा मोठ्या प्रमाणावर अंतर्भाव केलेला आहे.

आण्विक धोके :

आण्विक स्फोटांमुळे प्रखर, प्रचंड तापमान, औष्णिक ऊर्जा त्यामुळे आग

किरणोत्सर्जन, उच्च दाबाच्या हवेच्या लाटा यासारखे परिणाम दिसतात. तसेच शेकडो मैल पसरणाऱ्या किरणोत्सारी लहरी धोका पोहचवू शकतात. अणुस्फोटामुळे पर्यावरणाची कधीही भरून न येणारी हानी होऊ शकते.

रासामनिक धोके :

प्राणी, झाडे तसेच मानवी जीवनाला विषारी वायू किंवा द्रवपदार्थ गंभीर धोका निर्माण करू शकतात. सजीव सृष्टीला आवश्यक असलेल्या अन्न, पाणी व हवा यांच्या प्रदूषणातून हे धोके प्रामुख्याने उद्‌भवतात.

जैविक धोके :

जैविक अस्त्रांचा वापर हा युद्धनीतीचा भाग असून यामुळे प्रामुख्याने जीवित हानी होऊन संपत्तीस धोका पोहचत नाही. जैविक हल्ल्यामुळे अन्नपुरवठा व सर्वसाधारण सोयी-सुविधांना झळ पोहचते व विषबाधेमुळे असंख्य जीव मृत्युमुखी पडू शकतात. किंवा मानसिक व शारीरिक दृष्ट्या असमर्थ होतात.

औद्योगिक दुर्घटनांचे सर्वसाधारण परिणाम :

औद्योगिक दुर्घटनेमुळे इमारती व अन्य पायाभूत सुविधांचे मोठया प्रमाणावर नुकसान होते. रासायनिक अपघातांमध्ये श्वसन, डोळे, त्वचा आणि पचन संस्था यांच्याशी थेट संपर्क येऊ शकतो. या अवयवांच्या नैसर्गिक कार्यक्षमतेवर परिणाम होऊन कर्करोग, हृदय रोग, मेंदू विकार, प्रतिकार शक्तीचा ऱ्हास होणे, विकृती येणे, अनुवंशिक बिघाड, जन्मजात वैगुण्य आदी समस्या उद्‌भवू शकतात. आग मोठ्याा प्रमाणावर पसरल्यास असंख्यजण भाजून अथवा गुदमरून मृत्युमुखी पडू शकतात. अपघात पाहिल्याने व अनुभवल्याने अनेकांचे मानसिक संतुलन बिघडते.

धोका कमी करण्याचे उपाय :

१. जागरूकता : सर्व वस्तूंच्या जागा आणि साठवणुकीच्या जागेचा नकाशा सर्वांना माहीत असणे आवश्यक आहे. जवळच्या परिसरातील नागरिकांना संभाव्य धोक्याची व त्यापासून होऊ शकणाऱ्या परिणामांची जाणीव करून देणे, तसेच आवश्यक तेथे नागरिकांना प्रशिक्षित करून त्यांच्यामध्ये जागृती करणे जरूरीचे आहे.

२. जमीन वापराचा आराखडा : दाट लोकवस्तीच्या भागापासून औद्योगिक वसाहत नेहमी लांब आणि अपघात प्रतिबंधक वापर करून वेगळी ठेवावी. अति घातक रसायनांचा वापर करणाऱ्या कारखान्याचा स्वतंत्र विभाग **(Chemical Zone)** करून तेथे आवश्यक त्या प्रतिबंधात्मक सोयी-सुविधा उपलब्ध करून देणे आवश्यक आहे.

३. सामाजिक प्रबोधन : समाजाला औद्योगिक / रासायनिक दुर्घटनेपासून संभवणाऱ्या धोकादायक गोष्टींची माहिती देणे आणि परिस्थितीला कसे तोंड द्यावे याची जाणीव करून देणे. नागरिकांनी कवायतीच्या (drill) सरावामध्ये सहभाग घेणे आणि उद्योगांच्या प्रदूषण पातळीवर नजर ठेवणे.

४. अन्य बाबी : वाऱ्याच्या दिशेचा सर्वसाधारणपणे अंदाज घेणे. आग प्रतिबंधात्मक आणि इशारा देणाऱ्या यंत्रणेत सुधारणा करणे. आगरोधक आणि प्रदूषण कमी करण्याची क्षमता सुधारणे. आणीबाणीच्या प्रसंगी कर्मचाऱ्यांची आणि जवळपासच्या नागरिकांची सुटका करून त्यांना सुरक्षित ठिकाणी स्थलांतरीत करण्यासाठी योजना तयार करणे. विषारी घटकांच्या साठ्यावर नियंत्रण ठेवणे, सर्व सुरक्षा नियंत्रणाचे यथायोग्य पालन करणे आणि प्रकल्पाचा विमा उतरविणे.

या गोष्टी करा

१. तुमच्या परिसरातील उद्योग आणि कारखान्यात वापरल्या जाणाऱ्या रसायनांची माहिती घ्या आणि त्यांचे संभाव्य धोके जाणून घ्या. बहुतांशी उद्योगांमध्ये सुरक्षा अधिकारी नियुक्त केलेले असतात, त्यांच्याकडून धोकादायक बाबींची माहिती करून घ्या. अन्यथा सदर माहिती स्थानिक महापालिका अधिकाऱ्यांकडून किंवा औद्योगिक विकास महामंडळाकडूनही माहितीच्या अधिकाराखाली जाणून घेता येईल.

२. औद्योगिक दुर्घटना झाल्याचे दिसल्यास अथवा जाणवल्यास संबधित उद्योगाकडून तत्संबधी सूचना प्राप्त होईपर्यंत घराबाहेर पडून सैरावैरा पळण्याचे टाळावे.

३. अपघात होण्यापूर्वी त्यापासून सुरक्षित ठेवणारी योजना तयार करा. अपघात झाल्यानंतर घराबाहेर पडतांना तुम्हाला कोणत्या आवश्यक बाबी सोबत नेता येतील याची यादी, तसेच सर्वांनी भेटण्याचे एक निश्चित स्थान ठरवा. प्रत्येक सदस्याला असलेला व्यक्तिगत धोका आणि जबाबदाऱ्याही याच वेळी निश्चित करून ठेवा.

४. नेहमीच एक पंचा आणि पाण्याची बादली सज्ज ठेवा. जळजळ होऊ लागली असे वाटले तर तोंडावर ओला पंचा टाकून बाहेर पडा.

या गोष्टी करू नका –

१. दुर्घटना प्रसंगी सर्व सुरक्षा कर्मचारी आणीबाणीच्या प्रसंगी तुमच्या मदतीला अथवा सुटकेला येतील हे गृहीत धरू नका. तुम्ही किमान ४८ तासांसाठी सदैव स्वयंपूर्ण असले पाहिजे.

२. अपघात प्रसंगी मित्र अथवा नातेवाईकांना सूचित करण्याचा प्रयत्न करणे.

३. तुम्हाला अनुकूल अशी परिस्थिती असताना दुर्घटना घडतील असे गृहीत धरू नका. अशा दुर्घटना बहुतेक रात्रीच्या वेळेस घडतात. त्यामुळे तुम्ही व तुमचे कुटुंब यांना दाट काळोखातही योग्य ते निर्णय घेऊन त्यावर कार्यवाही करणे शक्य झाले पाहिजे.

४. घराबाहेर पडताना तुमची वैयक्तिक कागदपत्रे, पासबुक, रेशनकार्ड, विमा कागदपत्रे, रोख रक्कम आणि ज्याठिकाणी जात असाल त्या ठिकाणचा पूर्ण पत्ता घ्यायचे विसरू नका. तुमच्या घराला कुलूप लावायचे विसरू नका.

❏

आग

आपण ज्या वेगवेगळ्या आपत्तींचा अभ्यास करतो यामध्ये आग ही एक आपत्ती आहे. ती जशी मानवनिर्मित आहे तशीच नैसर्गिक सुद्धा असू शकते. तिचे योग्य वेळात नियंत्रण केले नाही तर मोठ्या प्रमाणात जीवित व वित्त हानी होते. या आपत्ती टाळण्यासाठी योग्य ती काळजी घेतली तर ती टाळता येते किंवा कमी करता येते. म्हणून सर्वसामान्य माणसे, लहान मुले, वनखात्याचे कर्मचारी यांनी आगीच्या विषयी, त्यावरती उपायांची माहिती देणे महत्त्वाचे आहे. आजच्या काळात आगीपासून सुरक्षितता जाणणाऱ्या तज्ज्ञांचा तीव्र तुटवडा आहे. जोखीम हा मानवी प्रयत्नातील एक भाग आहे. सध्या या आगीच्या धोक्यापासून संरक्षण मिळविण्यासाठी आपण सरकारवरती अवलंबून राहतो. परंतु आपण वैयक्तिक कोणतीही जबाबदारी घेत नसतो व हे सर्वत्र घडते. आपत्तीमुळे होणारे नुकसान हे प्राणहानी व वित्तहानी यांवरून मोजले जाते. तसेच त्यामध्ये निर्माण होणाऱ्या वातावरण दूषित होते. ऐतिहासिक व सांस्कृतिक वास्तू नष्ट होणे हे सुद्धा मोठे नुकसान आहे. यावरून सुरक्षिततेची संकल्पना म्हणजे एखाद्या गोष्टीत किती अनिश्चितता आहे हे जाणणे. आगीची संकल्पना अनिश्चित आहे. त्यामध्ये सुरक्षितता नसते. त्यामध्ये आग विझविणाऱ्या यंत्राची विश्वासार्हता ही महत्त्वाची आहे. यामध्ये आग विझवून संपत्ती व प्राणहानी टाळणे हे आग विझविणाऱ्या यंत्राचे मुख्य उद्दिष्ट असते.

रोमन सम्राट ऑगस्टस यांनी सर्वप्रथम आगीशी सामना करणारे फायरमन गट स्थापन केलेले आढळून येते. प्राचीन काळी बऱ्याच शहरात आगीच्या सूचना देणारे वॉचमन होते. पूर्वी आग विझविण्यासाठी पाण्याची बादली, कुऱ्हाड यांचा वापर केला जाई. १९६६ इंग्लडमध्ये विमा कंपन्यांनी अग्निशामक दलाची निर्मिती केली. त्यापूर्वी सरकारचा त्यात सहभाग नव्हता. १८३० मध्ये एडिनबरो, स्कॉटलंड येथे अग्निशामक खात्याकडून काय अपेक्षा आहे हे तेथील राजाने स्पष्ट केले.

व्याख्या : आग ही एक रासायनिक प्रक्रिया असून त्यामध्ये वस्तूचा हवेतील प्राणवायूशी योग्य तापमानाला रासामनिक संयोग होतो. त्या प्रक्रियेत उष्णता, प्रकाश आणि ज्योत निर्माण होते. आगीचा वेग प्रचंड असतो. काही सेकंदात ती मोठे रूप धारण करते. अनेकदा लोक झोपलेले असताना आग लागण्याच्या घटना घडतात. अशा वेळी स्वतःचा बचाव करण्यासाठी तेथून पळ काढणे आवश्यक असते.

आग तप्त असते : आगीमध्ये उष्णता अधिक असते. त्यामुळे मृत्यू येऊ शकतो. आगीचे तापमान प्रचंड असते.

आग गडद असते : आग ही गडद असते व काळीकुट्ट असते. आग लागलेली असताना तुम्ही ज्यावेळी जागे होता तेव्हा तुम्ही दिशाहीन झालेले असता. तुम्हाला घरातून बाहेर पडता येणार नाही. आग ही जीवघेणी असते. तिच्या ज्वाला व धूर यांमुळे माणसे मृत्युमुखी पडतात. या आगीमुळे पुरेसा ऑक्सीजन मिळत नाही. व त्यातून जीवित हानी होते. आगीमुळे श्वास घेण्यास अडचण, दिशाहीनता येते. यामुळे तुम्हाला तुमची सुटका करून घेता येत नाही.

धोका : आगीपासून वाचण्यासाठी आग लागू न देणे, हाच एक मूलभूत उपाय आहे. तरीही आगीमुळे जास्त नुकसान होऊ नये म्हणून अग्निशामक दल कार्यरत असते. आगीपासून होणाऱ्या नुकसानाची पाहणी करण्यात येते व तसेच नुकसान कमी होण्यासाठी आगप्रतिबंधक उपकरणे बसविणे व आगीवरती नियंत्रण राहणे आवश्यक आहे.

आग कशी लागते : अतिउष्णतेमुळे आग लागण्याची प्रक्रिया घडते. ही आग लागल्याने उष्णता निर्माण होऊन हवा गरम होते व हलकी होऊन वर जाते. तेथे ताजी हवा म्हणजे प्राणवायू येतो. आग टिकून राहण्यासाठी उष्णता, इंधन प्राणवायू या तीन गोष्टी आवश्यक असतात.

आग विझविण्याच्या पद्धती :

१. आग विझविण्यासाठी पाणी हे साधन आहे. पाण्याने आगीवरती नियंत्रण आणणे सोपे असते.

२. ज्वलनशील पदार्थ – जे पदार्थ ज्वलनशील आहेत ते हलविणे यासारखी खबरदारी घ्यावी लागते.

३. आगीची कोंडी करणे– आग विझविण्यासाठी आगीची कोंडी करणे आवश्यक आहे. यासाठी माती, पाणी व वाळूचा वापर करावा.

आगीचे वर्णन :

१. मानवनिर्मित २. नैसर्गिक

१. मानवनिर्मित :

याचे भाग खालीलप्रमाणे करता येईल.

अ. नागरी आग : ही प्रामुख्याने लिक्वीड रसायने, पेट्रोलियम, रासायनिक पदार्थ, गच्च भरलेली गॅस टाकी इत्यादी धोकादायक पदार्थांची हाताळणी, उत्पादन किंवा वाहतूक करताना दाखविलेला निष्काळजीपणा यामुळे लागते. यामध्ये सदोष विद्युत उभारणी त्याची निष्काळजीपणे केलेली देखभाल त्यामुळे होणारे शॉट सर्किट, उंच बिल्डिंग, दुकाने इत्यादीचा समावेश होतो.

ब. गावातील आग : यामध्ये शेतकी उत्पादनाची निष्काळजीपणे केलेली देखभाल व लाकडाची अयोग्य साठवण, लाकडी शाकारलेली घरे, आजूबाजूला पसरलेले गवताचे भारे, ज्वारीची वैरण, गव्हाच्या कांडाच्या गंजी, धान्यांच्या कणगी इत्यादीचा समावेश होतो.

क. जंगलातली आग : ही आग नैसर्गिकरित्या लागते. फांद्यांवर फांद्या घासून. पण काही वेळेस मानवी निष्काळजीपणामुळेही आग लागते. उदा. भटकंती करणारी माणसे सिगारेट-बिडीची थोटके निष्काळजीपणाने फेकून देतात.

ड. इतर आगी : यामध्ये अतिरेक्यांनी लावलेली आग, स्फोटके, बॉम्बस्फोट इत्यादीमुळे लागलेल्या आगींचा समावेश होतो.

२. नैसर्गिक आग :

जंगलातील आग हा नैसर्गिक आगींचा नमुना आहे. ज्याला वणवा असे म्हणतात. अतिउष्ण हवामानामुळे अशी आग लागू शकते. साधारणत: या आगी जंगलात लागल्यामुळे ताबडतोब लक्षात येत नाही, जेव्हा लक्षात येतात तेव्हा सर्वत्र पसरलेल्या असतात. ही आग सजीव सृष्टीचे बरेच नुकसान करते. खाणीतील आग ही सुद्धा नैसर्गिक आग आहे. ती खाणीतील तापमानात अचानक झालेल्या वाढीमुळे लागते. त्यामुळे अत्यंत ज्वालाग्राही पॉलीकार्बन, पेट्रोलजन्य पदार्थ, कोळसा, गॅस इत्यादी पेट घेतात. याप्रमाणे ही नैसर्गिक भूगर्भीय आपत्ती आहे. ज्यामुळे खनिज पदार्थ तसेच मानवी हानी मोठ्या प्रमाणात होते.

आग शांत करण्याच्या प्रकारावरून सुद्धा आगीचे वर्गीकरण होते, ते खालीलप्रमाणे

१. अ वर्गीय आग (घनपदार्थ) सर्वसाधारण ज्वालाग्राही पदार्थांपासूनची

आग – जसे लाकूड, कपडे, कोळसा, कागद इत्यादी. या प्रकारची आग थंडावा निर्माण करून विझविली जाते.

२. ब वर्गीय आग (वायुरूप पदार्थ) – ॲसिटीलीन, घरगुती गॅस (एल.पी.जी. गॅस) इत्यादी ज्वलनशील गॅसमधून लागणारी आग

३. क वर्गीय आग – ज्वलनशील धातूपासून लागलेली आग. यामध्ये पोटॅशियम, सोडियम व कॅल्शियम आहे. हे सामान्य तापमानात पाण्याबरोबर क्रिया करतात. तसेच मॅग्नेशियम ॲल्युमिनियम व झिंक जे उच्च तापमानात पाण्याबरोबर क्रिया करतात. दोन्ही गट जेव्हा पाण्याशी संयोग पावतात तेव्हा भडका उडतो.

४. ड वर्गीय आग (द्रव पदार्थ) – ज्वालाग्राही द्रवपदार्थापासून लागलेली आग उदा. पेट्रोल, तेल, वॉर्निश, द्रावके, स्वयंपाकाचे तेल, रंग इत्यादी हे पदार्थ पाण्यापेक्षा हलके असतात. तेथे फेस येणाऱ्या अग्निशामकामार्फत आग विझविली जाते.

५. ई वर्गीय आग (इलेक्ट्रिकल) – यामध्ये इलेक्ट्रीकल सामान, फिटींग, साधने इत्यादीमुळे लागणारी आग याठिकाणी कार्बनडाय ऑक्साईडसारखे आग प्रतिबंधक असलेले दुर्वाहक आवश्यक असतात.

३. आग लागण्याची सामान्य कारणे :

१. निष्काळजीपणा २. अज्ञान ३. अपघात ४. यंत्रसामुग्री

सर्वात मुख्य कारण म्हणजे निष्काळजीपणा, त्यामध्ये

अ. जळत्या काड्या व सिगारेटची थोटके विझवून टाकण्यातील निष्काळजीपणा

ब. निषिद्ध जागेतील धूम्रपान

क. सदोष स्टोव्ह व (गॅस) तेलाच्या टाक्या

ड. धोकादायक वस्तूची अयोग्य साठवण

इ. पेट्रोलचा चुकीचा वापर

फ. सदोष इलेक्ट्रिकल सामानाचा वापर

आगीचा उगम :

१. उष्णता : ही अनेक मार्गांनी उत्पन्न होते. त्यामध्ये उष्ण पृष्ठभाग, वातावरणातील उच्च तापमान, धातूच्या घर्षणातून निर्माण होणाऱ्या ठिणग्या व उघडी ज्योत.

२. इंधन : ज्वलनशील द्रवरूप पदार्थाच्या बाजूला ज्योत असणे जसे आगपेट्यांचा वापर, वेल्डिंग, टॉर्च, बर्नर, दिवे, कंदील इ. पेट्रोल पंप, गॅरेज यांच्या

बाजूला उपयोगात आणल्यास असा भडका उडू शकतो.

३. इलेक्ट्रिकल उगम : जसे विद्युत पुरवठा, उष्णता देण्याची साधने प्रकाशाची साधने.

४. अतिरिक्त उष्णता : जेव्हा उष्ण ज्वलनशील चेंबर, ओव्हन, नलिका यांमधील अतिरिक्त उष्णता ज्वलनशील वाफेबरोबर संपर्कात येते तेव्हा आग लागते.

५. ठिणग्या : यांत्रिक साधने व हत्यारे, धुरातील राख, भट्टी, इंजिनमधून निघालेला अग्नी, इलेक्ट्रिकल साधने यातून निघतात.

६. घर्षण : कमी वंगण घातलेली व इतर फिरणारी साधने, बेअरिंग्ज इत्यादीमुळे अग्नी निर्माण होतो.

७. स्वाभाविक ज्वलन : पाइपमधील वाफ, हवा न मिळणाऱ्या जागेतील तेलाचा थर, प्राणवायूचे सिलिंडर्स.

८. स्थिर विद्युत : टेक्सटाईल मिलमध्ये जेव्हा प्रिटींगचे काम सुरू असते. किंवा ज्वलनशील द्रवरूप पदार्थ जेव्हा कन्टेनरमध्ये भरला जातो तेव्हा स्थिर विद्युत निर्माण होऊन आग निर्माण होते.

९. शॉर्ट सर्किट : जुनाट वायरिंगच्या वापरामुळे सदोष झालेली इलेक्ट्रिकल साधने, इन्सुलेशनची कमतरता व नुकसान, वीज वाहून नेण्यापेक्षा जास्त क्षमतेचा वापर इत्यादी.

४. आगीचा प्रतिबंध :

बऱ्याच आधुनिक देशात आगीशी सामना करण्यापेक्षा आगीच्या प्रतिबंधाला जास्त महत्त्व आहे. उदा. रशिया व जपानमध्ये अग्निप्रतिबंध ही लोकांची जबाबदारी समजली जाते. धोकादायक वस्तूंच्या ने-आणीतील प्रचंड वाढ यामुळे आगीचा सामना करणाऱ्यांसाठी सखोल प्रशिक्षण आवश्यक आहे व त्यांच्या खात्यामार्फत रासायनिक संरक्षक कपडे व नियंत्रक उपकरणांद्वारे ते दिले जाते. अग्निशामक खाते हे भूकंप व चक्रीवादळ, विमान अपघात इ. आपत्कालीन प्रसंग हाताळण्यासाठीही आपल्या सदस्यांना तयार करून त्यांना योग्य साधने पुरविते. याशिवाय अग्निशामक कर्मचारी पडलेल्या बांधकामाखाली अडकलेल्या लोकांची सुटका तसेच अन्य तत्सम प्रसंगासाठी सुद्धा मदत करतात. आग कशीही असली तरी कमीत कमी वेळात जास्तीत जास्त प्रयत्न करून आगीचे नियमन व शमन करण्यासाठी कौशल्य लागते. सर्वसाधारणपणे असे पाहण्यात येते की, अग्निशमनाचे काम कितीही लवकर सुरू

झाले तरी त्यासाठी लागणाऱ्या सर्व गोष्टी नेहमीच उपलब्ध असतील असे नाही. त्यामुळे त्याची गती हळू होते व त्यामुळे जीवित व संपत्तीची सुद्धा हानी होते. नियम, सुरक्षा कोड यांचे काळजीपूर्वक व काटेकोर पालन यामुळे कमी जीवित व संपत्ती हानी हे आग प्रतिबंधाचे उद्दीष्ट साध्य होते. आपण आग प्रतिबंधावर चर्चा करण्यापूर्वी ज्वलनशील

पदार्थाच्या खालील व्याख्या व संज्ञा आपणास माहीत असल्या पाहिजेत.

१. ज्वलनबिंदू : ज्वलनबिंदू म्हणजे असे तापमान की, ज्या तापमानाला पदार्थ हवेतील घटकांबरोबर संयोग पावून ज्योतीशिवाय आग निर्माण होते.

२.आगीची जोखीम (धोका) : हवेमध्ये प्राणवायू असल्यामुळे जेथे हवा असते. तेथे आग लागण्याची शक्यता असते. जर हवेला आगीजवळ पोहोचण्यापासून अटकाव केला तर आग विझू शकते.

३. ज्वलन तापमान : याचे वर्गीकरण खालीलप्रमाणे होते.

अ. उत्स्फूर्त ज्वलन तापमान : ज्या तापमानाला ज्योत उष्णता किंवा तेलकट कापड, गवताची गंजी इत्यादी सारखे बाह्य ज्वालाग्राही पदार्थ न वापरता पदार्थांना आग लागते. त्या तापमानाला उस्फूर्त ज्वलन तापमान म्हणतात.

ब. उद्रेकबिंदू : हा शब्द द्रवपदार्थाच्या बाबतीत वापरला जातो. उद्रेकबिंदू म्हणजे ज्वलनातून निर्माण होणारी उष्णता.

क. ज्वलनबिंदू : पदार्थातील असे तापमान की, ज्या तापमानाला जळणाऱ्या या गॅसमधील ज्वलनातून निर्माण होणारी उष्णता ज्वलन चालू राहण्यासाठी आवश्यक गॅस निर्माण होतो. तिला ज्वलनबिंदू म्हणतात.

४. ज्वालाग्राही पदार्थाचे गुणधर्म :

अ. घनपदार्थ खालीलप्रमाणे

१. बल्क इंधन : जे टिंडरच्या सहायाने न जळता किन्डलिंगच्या सहायाने जळते उदा. लाकूड, जड इमारती, घन इंधन इत्यादी.

२. टिंडर : अशा पदार्थाचे साध्या आगपेटीने ज्वलन सुरू होऊ शकते. जसे पेपर, कापडाचे प्रकार, लाकडाचे प्रकार व अग्नीजन्य धूर.

३. किन्डलिंग : ज्याचे ज्वलन केवळ आगपेटीत न होता टिंडरच्या सहायाने होते. उदा. कोरडे लाकूड

ब. द्रवपदार्थ वर्गीकरण खालीलप्रमाणे

१. मंदज्वलनशील : ज्या द्रवपदार्थाच्या ज्वलनबिंदू ९३.३ डि.से.च्या वर असतो असे पदार्थ.

२. अतिज्वलनशील : ज्या द्रवपदार्थाचा ज्वलनबिंदू २४ डि.सें.च्या खाली असतो असे द्रवपदार्थ.

३. ज्वलनशील : ज्या पदार्थाचा ज्वलनबिंदू २४.४ व ९३.३ डि.सें.च्या मध्ये असतो असे पदार्थ.

क. गॅस – गॅसचे वर्गीकरण खालीलप्रमाणे :

गॅसचे वर्गीकरण म्हणजे ज्वालाग्रही, विषारी, उदासिन व ज्वलनाला मदत करणारे यामध्ये काही घटक असे असतात की, ते जेव्हा योग्य प्रमाणात हवेत मिसळले जातात तेव्हा ते अतिज्वालाग्राही होतात. म्हणून नायट्रोजनसारखा उदासिन गॅस सोडला तर बाकीचे सर्व गॅस धोकादायक आहेत. वरील संज्ञांची ओळख झाल्यावर आगीची आपत्ती टाळण्यासाठी आपण आता प्रतिबंधात्मक उपायांचा आढावा घेऊ.

घरामधील प्रतिबंधात्मक उपाय खालीलप्रमाणे–

१. सुटकेचे मार्ग बंद करू नका. हे महवाचे आहे की, तुम्ही दरवाजापर्यंतचा मार्ग ज्वलनशील वस्तू व इतर गोष्टींपासून मुक्त ठेवा.

२. तुमच्या घरातील खोल्यांचा उपयोग फक्त त्याच कारणासाठी करा. जसे स्वयंपाक फक्त स्वयंपाक घरातच करा.

३. शक्य झाल्यास जेथे आग लागली आहे. त्या खोलीचे दरवाजे बंद करा. तुम्ही बाहेर पडताना बाहेर जाण्याच्या वाटेतील सर्व दरवाजे बंद करत जा. त्यामुळे आगीचा व धुराचा प्रसार थांबेल. घरातील एखादा बंद असलेला दरवाजा उघडण्यापूर्वी हाताच्या मागील बाजूने त्याला स्पर्श करा. गरम लागल्यास उघडू नका, दुसऱ्या बाजूला कदाचित आग असू शकते.

४. बाहेर पडताना स्वत:च्या वस्तू, मग त्या कितीही किमतीच्या का असेना, त्या न घेता जीव वाचविणे महत्त्वाचे आहे. जीवापेक्षा काहीही किमती नाही हे इथे लक्षात ठेवणे महत्वाचे आहे.

५. जर धूर खूप असेल तर नाक बंद करून रांगत पुढे सरका म्हणजे त्यामुळे जमिनीच्या लगत कदाचित शुद्ध हवा मिळू शकेल.

६. बरीच माणसे घरामधील लहानशी आग सुरक्षितपणे विझवतात. परंतु दुर्देवाने त्याच्या क्षमतेच्या पलीकडे असलेली मोठी आग विझवताना ते जखमी होतात म्हणून आग कमी प्रमाणात असतांनाच विझाविली पाहिजे.

७. सुरक्षित स्वयंपाकासाठी काही सूचनांचे नेहमी पालन करा.

अ. एकाच वेळी एकाच व्यक्तीने स्वयंपाक केला पाहिजे. नाही तर गोंधळ उडतो.

ब. सुरक्षित स्वयंपाकाच्या तुम्हाला माहीत असलेल्या युक्त्या इतरांना जरूर सांगा.

क. स्टोव्हवर नीट लक्ष ठेवा. बऱ्याच आगी स्वयंपाकाकडे दुर्लक्ष केल्यानेच लागतात.

ड. कपड्यांकडे लक्ष द्या. स्वयंपाकघर ही महाग शोभेचे कपडे घालून मिरविण्याची जागा नाही.

इ. लहान मुलांना स्वयंपाक घरापासून शक्यतो दूरच ठेवा.

फ. स्वच्छतेचे महत्त्व इत्यादी स्वयंपाकघरामध्ये नेहमी स्वच्छता ठेवा. कारण तेलकट पदार्थ हातातून सटकणार नाही. तसेच ज्वालाग्राही पदार्थ ही दूर ठेवा.

८. *वीजपुरवठ्याबद्दल घ्यावयाची खबरदारी :*

अ. विजेचा जरुरीपेक्षा जास्त दाब : एकाच सॉकीटला एक्स्टेंशन बोर्ड लावून त्याच्यावर अनेक विद्युत उपकरणे चालवू नका. कार्पेटखालून वायर टाकू नका.

ब. जुन्या खराब वायर्स बदला नाही तर आग लागून गेल्यावर घरात आहे नाही ते सर्वच बदलावे लागेल.

–फ्यूज बॉक्समध्ये योग्य क्षमतेचे फ्यूज वापरा.

९. **आगपेट्या व लायटर्स :**

मुले बऱ्याचदा या वस्तूंशी खेळतात. या वस्तू लहान मुलांच्या हाती पडणार नाहीत अशा ठेवा.

१०. जर तुमच्या कपड्यांना आग लागली असेल तर आहात तेथेच हातांनी तोंड झाकून जमिनीवर गडबडा लोळा. जेणे करून ज्वाला विझल्या जातील.

११. अग्निशमन दलाला बोलविण्यासाठी त्वरित टेलिफोनचा वापर करा किंवा खिडकीतून जोरात ओरडून मदतीसाठी हाक मारा.

१२. घराला आग लागली असता शक्यतो खिडक्यांच्या जवळच रहा, जेणे करून तुम्हाला ताजी हवा मिळू शकेल व अग्निशमन दलाच्या माणसांनाही तुम्ही दिसू शकाल.

१३. तुमच्या कुटुंबीयांसोबत एखादी आपत्कालीन योजना बनवा. याचा महिन्यातून एकदा तरी सराव करा. एखाद्या भूकंपात किंवा मोठ्या आगीत जर घरातून बाहेर पडावे लागले व गोंधळात जर कुटुंबीयांची ताटातूट झाली तर एखादी जागा सर्वांना माहीत असेल अशी जागा ठरवून ठेवा.

१४. जर घरात अग्निशमनाची यंत्रणा उपलब्ध नसेल तर काही फायर

एक्स्टिंग्विशर्स घेऊन या व त्यातील एक स्वयंपाक घरात व एक-एक प्रत्येक खोलीत ठेवा.

अग्नीशमन यंत्रे

हे यंत्र म्हणजे सहज नेता येईल अशी असे उपकरण असते व त्यामुळे लहानशी आग विझविता येते. आगीमध्ये जळत असलेल्या पदार्थावरून आगीचे पाच प्रकार ठरतात. या प्रत्येक प्रकारच्या आगीला वेगवेगळी आग विझविण्याची यंत्रे लागतात. यंत्राची निवड, योग्य जागा तसेच त्यांची तपासणी याबद्दलची प्रमाणे अग्निसंरक्षक संस्थेने घालून दिली आहेत. कोणत्याही प्रकारची आग आटोक्यात आणण्याची आहे हे प्रकारावरून व आगीच्या कसोट्यांवरून प्रयोगशाळेत ठरते. प्रत्मेक आग विझविण्याचे यंत्र आगीचा आकार व प्रकार यावरून क्रमांकित केले जाते. उदा. २०-बी क्रमांक असलेल्या यंत्राने १ -बी क्रमांक असलेल्या यंत्राच्या २० पट आग विझविली पाहिजे. यामध्ये काही यंत्रे ही एकाच प्रकारची आग विझवतील. काही २-३ परंतु चारही प्रकारचे यंत्र आग विझविण्यासाठी कोणतेही यंत्र उपलब्ध नाही.

आग शमन करणारी यंत्रे खालीलप्रमाणे :

अ. वर्गीय आग शमन करण्यासाठी लागणारी यंत्रे – अ वर्गीय मध्ये पाण्यावरती चालणारी यंत्रे असतात. पाण्याच्या व हवेच्या दाबामुळे पाणी बाहेर पडते. याला पाण्याचे अग्निशामक म्हणतात.

तेल व विद्युत आगीशिवाय कोणत्याही दृश्य आगीसाठी हे अग्निशामक वापरले जातात. सोडा, ॲसिड असे अग्निशामकांचे बरेच प्रकार आहेत. प्रत्येकाच्या प्रत्यक्ष वापराच्या पद्धतीतील फरक हाच खरा फरक आहे. उदा. काही त्यांच्या नेहमीच्या जी आग खालील कारणांमुळे लागते.

१. ट्रान्सफॉर्मर, विद्युत घर, बॉयलर, विद्युत मोटार, पॅनल बोर्ड, पंखे, विद्युत बटनाचे बोर्ड इ.

ब. वर्गीय आगीची अग्निशामके – ब वर्गीय आग ही प्राणवायूचा पुरवठा कमी करून ज्वलनशील वाफांचे उत्सर्जन कमी करून किंवा ज्वलनाच्या साखळी प्रक्रियामध्ये व्यत्यय आणून आटोक्यात आणता येते. ज्वलनशील द्रव पदार्थ ग्रीसेस आणि तेल इत्यादी असल्यास आग विझविण्यासाठी कार्बनडाय ऑक्साईड, कोरडी रसायने इत्यादी प्रकारचे घटक वापरले जातात.

कार्बनडाय ऑक्साईड हा अतिदाबाचा वायू असून त्यामध्ये कार्बनडाय

ऑक्साईड, अग्निशामके ही गंज न येणारी व वीज प्रवाह प्रतिबंधक असतात. त्यामुळे विद्युत उपकरणे व यंत्रांना लागलेल्या आगीमध्ये ही अग्निशामके ही योग्य निवड आहे. ही अग्निशामके आग पूर्ण विझवत नाहीत. त्यामुळे आग परत प्रज्ज्वलीत झाल्यास या ज्वाला धोकादायक ठरतात. अग्नी नियंत्रित झाल्यावर हवा खेळती ठेवावी.

क. वर्गीय अग्निसाठी अग्निशामके : उष्णता शोषून घेणाऱ्या अग्निशामकाचे माध्यम हे ज्वलनशील धातूंच्या आगीमध्ये आवश्यक असते. त्याचप्रमाणे अग्निशमन माध्यम हे जळणाऱ्या धातूवर रासायनिक प्रक्रिया करता कामा नये. कोरडी पावडर असलेले अग्निशमन घटक हे आगीला भेदून तिच्यावर पांघरूण घालतात. अग्निशामकाचा लेबलवर वापरावयाच्या सूचना कोणत्या वर्गाचा अग्नीमध्ये सुरक्षितपणे वापरावा याबद्दल सूचना असतात. अन्यथा प्राप्त अग्निशामकावर ते कोणत्या प्रयोगशाळेत प्रमाणित केले आहे. त्याबद्दलचे सुद्धा लेबल असते.

आपण आता आग व तिचे लहान प्रमाणातील नियमन याबद्दल ढोबळ चर्चा केली. जर ही आग मोठ्या प्रमाणात असेल तर खालील साहाय्यभूत गोष्टी कराव्यात व तशी पाऊले उचलावीत.

१. योग्य पाणीपुरवठा असल्याची खात्री करावी.

२. आपत्कालीन सुटकेसाठी आगीच्या जागेमध्ये सहज प्रवेश मिळायला हवा.

३. प्रथमोपचार सुविधा व उपचारतज्ज्ञ यांनी वेळेत जागेवर पोहोचायला हवे.

४. आपद्ग्रस्त लोकांना सुरक्षित स्थळी हालवायला सुरुवात करा. म्हणजे धूर, माती, उष्णता व विषारी वायू यापासून त्यांची सुटका होईल.

आग आपत्ती जेव्हा येते तेव्हा सर्वानाच फटका बसतो. प्रतिबंधाचा प्रयत्न केला तर बरेच नुकसान वाचू शकते. यामुळे प्रतिबंधनात्मक उपायांची माहिती लोकांच्या जागरूकतेसाठी योग्य ठिकाणी लावावी. प्रत्येकाने ही एकदा तरी काळजीपूर्वक वाचणे आवश्यक आहे. जेव्हा आग लागते तेव्हा त्या भागातील लोकांनी थंड डोक्याने

पुढील कृती करायला पाहिजेत तरच योग्य उपाय केले जातील.

१. जवळच्या अग्निशमन केंद्राला फोन करणे (१०१). केंद्राला केलेल्या फोनवर आगीच्या जागेची माहिती द्यावी. तसेच आगीचा प्रकार, कितपत प्रसार झाला आहे? इत्यादी महत्त्वाची माहिती द्यावी. थोड्या वेळाने परत फोन करून पहिल्या फोनची पुनरावृत्ती करून एक प्रकारे खात्री करावी.

२. फोन करणाऱ्याने विचलित न होता शांत असावे. आपद्ग्रस्त लोकांची भीती घालविण्यासाठी त्यांनी पावले उचलावीत व कमीतकमी जोखीम घेऊन सुटकेचे

प्रयत्न करावे. अग्निशामक केंद्रातील लोक येईपर्यंत अडकलेल्या लोकांची सुटका करण्यासाठी उपाय योजावेत.

३. जर शक्य असेल तर पोलीस स्टेशन, वैद्यकीय तसेच सुश्रूषा सेवा रुग्णवाहिका, स्थानिक-शासकीय संस्था व सामाजिक संस्था इत्यादींना सांगावे / कळवावे.

४. प्रशासनाने बचाव व पुनर्वसनाचे जे कार्य हाती घेतले असेल त्यात मदत करावी.

इतर आपत्तींपेक्षा आगीमध्ये प्रतिबंधक उपाय उत्तम प्रकारे योजता येतात व एखादी मोठी आपत्ती टाळता येते. कोणत्याही विकसनशील देशात मनुष्य निर्मित आपत्तीमध्ये आग ही नेहमीच आढळणारी आपत्ती आहे. सर्व संसाधनाशी सुनियोजित आपत्ती निवारण योजना प्रत्येक विभाग, शहर व राज्यातही तयार असली पाहिजे.

विभागवार असलेल्या आपत्ती नियोजन योजनांमध्ये त्या विभागात या अगोदर आपल्याला आपत्ती व त्यांच्या नियोजनाविषयी पूर्ण माहिती व त्या नियमनातील त्रुटी यांची माहिती असली पाहिजे. दुसरे म्हणजे फॅक्टरी, जुनी घरे यांसारख्या संवेदनशील व संभाव्य आगीच्या जागा इत्यादींचा स्थानिक नकाशा जतन केलेला असावा.

उंच इमारती, फॅक्टरी आणि इतर धोकाप्रवण इमारतीमध्ये आगीच्या बाबतीत घेतलेल्या प्रतिबंधात्मक उपायांची माहिती गोळा करावी व त्यांचा एक गट तयार करून त्या गटाकडे अशा उपायांच्या कार्यक्षमतेची जबाबदारी द्यावी तसेच आपत्ती नियोजन गटाकडे पुढील संस्थांची व अधिकाऱ्यांची नियमित माहिती असावी. जी आपत्कालामध्ये उपयोगाला येईल.

अ. वैद्यकीय सेवा

१. इस्पितळे, दवाखाने   २. रुग्णवाहिका सेवा

३. रक्तपेढ्या   ४. शुश्रूषा सेवा

५. औषधे

ब. पोलिस स्टेशन

क. अग्निशामक दल

ड. स्थानिक प्रशासन

इ. समाजसेवी संस्था

फ. निमसरकारी संस्था

ग. विद्युत पुरवठा स्टेशन

ह. पाणीपुरवठा अधिकारी

म. नैसर्गिक पाईप गॅस पुरवठा अधिकारी

ज. दूरध्वनी केंद्र

वरील माहितीचे पद्धतशीर, विभागवार, संकलन करून त्यात आपत्कालीन दूरध्वनी क्रमांक, पत्ते, संपर्क व्यक्ती इत्यादी गोष्टी नोंदविलेल्या असाव्यात. या संकलित माहितीमध्ये स्थानिक आपत्ती नियोजन गटाने वेळोवेळी भर घालावी. या गटाने वरील संस्था, सेवांच्या प्रशासकीय अधिकाऱ्यांची निदान वर्षातून एकदा तरी मीटिंग बोलवावी, ज्यामुळे फक्त आगच नव्हे इतरही नैसर्गिक व मनुष्यनिर्मित आपत्तींच्या नियोजनात सुसूत्रता येईल.

सर्वसाधारण लोकजागृती :

या आपत्ती नियोजन गटाने आगीसारख्या आपत्तीचे प्रकार व कारणे यासारख्या गोष्टींविषयी वर्षातून एकदा तरी जनजागृती करण्याची मोहीम हाती घ्यावी. ही गोष्ट नेहमीच समजून घेतली पाहिजे की, आग सुरू होताना लहानच असते व वेगात पावले उचलल्यास ती नियंत्रितही करता येते. अशा जनजागृती मोहिमांमुळे लोकांना आगप्रतिबंधक उपायांची माहिती होते व आग लागल्यावरही अग्निशमन दलाची यंत्रणा येईपर्यंत काय पावले उचलावीत तेही कळते. कधीकधी सामान्य वाटणाऱ्या गोष्टी सुद्धा वेळेवर न केल्यास गंभीर परिणाम घडतात व जीवित व मालमत्तेची हानी होऊ शकते. उदा.

१. आग लागल्यावर धोक्याची सूचना देणारी घंटा वाजविणे.

२. वीजपुरवठा बंद करणे.

३. आपत्कालीन सुटकेच्या दरवाजापर्यंत जाऊ शकणे इत्यादी

४. आपत्कालीन नियोजन गट, अग्निशमन दल व पोलिसांच्या मदतीने आगीतून सुटण्याच्या योजनेच्या सराव कवायती लोकांकडून करून घेऊ शकतो.

५. अग्नी – जो मनुष्य व इतर प्राण्यांच्या जगण्यासाठी आवश्यक असलेल्या पंचमहाभूतांपैकी एक आहे. त्या संबधी योग्य ती काळजी न घेतल्यास जीवन हिरावू सुद्धा शकतो. मानवी इतिहासात आगीचे असे अनेक दाखले आहेत ज्यात प्रचंड प्रमाणात जीवितहानी व मालमत्तेची हानी झाली आहे.

हल्लीच्या आधुनिक युगात आधुनिक सुविधा व तंत्रे वापरून आगीचे प्रमाण कमी करण्यासाठी आपण नक्कीच प्रयत्न व योजना करू शकतो पण शेवटी मनुष्याचा सावधपणा व अशा परिस्थितीशी सामना करण्याची वृत्तीच त्याचे आगीपासून होणारे नुकसान वाचविण्यात महत्त्वाची भूमिका बजावू शकेल.

❐

शासनाची भूमिका व जबाबदारी

अ. आपत्तीची माहिती व संकलन :

१. आपत्ती स्वरूप व्याप्ती माहिती संकलन

कुठल्याही आव्हानाचा सामना करण्यासाठी त्या आव्हानांच्या स्वरूपाविषयीची जाण असणे आवश्यक आहे. त्याचप्रमाणे आव्हानांचा सामना करण्यासाठी कुठल्याही आपत्तीला तातडीने तोंड देता येईल अशी साधनसामुग्री उपलब्ध असणे आवश्यक आहे.

आपत्तीची माहिती देणाऱ्या सर्व संस्थांचे नेटवर्क ठेवणे. त्या संस्थांना शासनाची मदत कशा पद्धतीने देता येईल याचा विचार करणे, या सेवाभावी संस्थांमध्ये समन्वय घडवून आणणे आपत्तीच्या शक्यता लक्षात घेऊन त्याविषयीची माहिती संकलित करणे.

आजमितीला आपत्तीच्या स्वरूपाबाबत निश्चितता नाही. कुठलीही आपत्ती कधीही येऊ शकते. ज्याप्रमाणे निसर्गनिर्मित आपत्ती अनिश्चित काळाशी निगडीत असतो आणि अनिश्चित भूमीवर त्याचा परिणाम होतो. त्याचप्रमाणे मानवनिर्मित आपत्ती देखील माहिती-तंत्रज्ञानाच्या काळात वाढत आहे. कुठेही आणि कुठल्याही छोट्या मोठ्या कारणांवरून समाजात तेढ निर्माण होते आणि दंगली, बॉम्बस्फोट यांसारख्या विदारक वास्तवाला आपला समाज बळी पडतो. आपत्तीच्या गंभीर स्वरूपाच्या आव्हानाची मर्यादा काळाच्या ओघात विस्तारत आहे. संपूर्ण मानवी जीवन दोन्ही प्रकारच्या आपत्तीने आजमितीला वेढलेले आहे. आपत्ती ही अकालीक (कधीही येणारी) असते. त्यामुळे अधिक सजगता आणि कर्तव्यदक्ष यंत्रणा सदैव सज्ज ठेवणे एवढाच पर्याय योग्य आहे.

ब. तातडीची उपाययोजना :

आपत्ती कुठलीही असो त्यावर तातडीची उपाययोजना आवश्यक असते.

खास करून आपत्ती येऊन गेल्यावर शासनाची सर्वात पहिली जबाबदारी असते. या जबाबदारीचे पालन करण्यासाठी प्रशासनाची यंत्रणा सज्ज असावी लागते. ज्या ठिकाणी आपत्ती आली त्या ठिकाणाच्या नागरिकांना तातडीने आहार उपलब्ध करून देणे. त्यांना सुरक्षित ठिकाणी हलविणे, जखमी लोकांना शासकीय निमशासकीय हॉस्पिटलमध्ये उपचारासाठी दखल करणे, प्रशासकीय पातळीवर लोकांची देखभाल करणे, त्यांच्या नातेवाईकांना त्याबाबतची माहिती देणे. निधन झालेल्या लोकांचा दफनविधी करणे, प्रसिद्धी माध्यमांना झालेल्या प्रकारची सविस्तर आणि खरी माहिती देणे एकूणच झालेल्या नुकसानीबाबत सर्वांना माहिती देण्याबरोबर त्यातून सावरण्यासाठी लोकांना मदतीसाठी आवाहन करणे, स्वयंसेवी संस्थांच्या सहकार्याने येणाऱ्या मदतीचा फायदा थेट लाभार्थींना होईल याची काळजी घेणे.

क. संपर्क यंत्रणा :

आपत्तीच्या काळातील संपर्क यंत्रणेला अतिशय महत्त्व आहे. यावेळी संपर्क यंत्रणा मजबूत असणे आवश्यक आहे. खास करून मानवनिर्मित आपत्तीवर मात करण्यासाठी संपर्क यंत्रणा बळकट आणि कार्यक्षम असणे अधिक महत्त्वाचे आहे. मुंबईमध्ये जो दहशतवादी हल्ला झाला त्यावरून संपर्क यंत्रणेचे महत्त्व लक्षात येते. संपर्क यंत्रणेत अशा वेळी गोपनीयता आणि आधुनिक तंत्रज्ञान आवश्यक असते.

कुठल्याही प्रकारची आपत्ती आल्यावर सर्व प्रकारची संपर्क यंत्रणा तुटलेल्या अवस्थेत असते. आपत्तीग्रस्त परिसर आणि आपत्तीग्रस्त लोकांचे जीवनमान सुरळीत करण्यासाठी संपर्क यंत्रणा बळकट असावी लागते. विविध भागातून येणाऱ्या मदतीचा ओघ सर्व लाभार्थींना देण्यासाठी संपर्क यंत्रणा सज्ज आणि रेखीव स्वरूपाची असावी लागते. निसर्गानिर्मित आणि मानवनिर्मित आपत्तीच्या वेळी संपर्क यंत्रणेच्या रचनेवर आणि कार्यक्षमतेवर आव्हानांचा सामना करणे अवलंबून असते.

ड. मदत यंत्रणा :

आपत्तीच्या वेळी मदत यंत्रणा बळकट असावी लागते. कुठलीही आपत्ती आल्यावर लोक गर्दी करतात. प्रत्येकाच्या मनात सेवाभावी दृष्टिकोन असतो. मात्र हा सेवाभावी दृष्टिकोन कधी-कधी सेवा करू इच्छिणाऱ्यांचा अंगलट येतो. अशा वेळी दक्षता घेणे आवश्यक असते. संबंधित घटनेच्या आणखी काही शक्यता असतात. त्या मदत करणाऱ्या व्यक्तीला माहीत असाव्या लागतात. त्याचप्रमाणे शासकीय पातळीवरची मदत यंत्रणा, प्रत्यक्षदर्शींची मदत यंत्रणा, स्वयंसेवी संस्थांची मदत यंत्रणा, सर्वांमध्ये समन्वय असावा लागतो. अन्यथा कोण, कुणाला, कशा स्वरूपाची मदत करत आहे याचे अंदाज लागत नाही. पर्यायाने काही लोकांनाच

मदतीचा लाभ होतो. सर्वांपर्यंत ती मदत जावी म्हणून मदत यंत्रणेमध्ये समन्वय असणे आवश्यक आहे.

मदत करणाऱ्या सर्व यंत्रणा या सेवाभावी हेतूने मदत करत असतात. या सर्व यंत्रणेमध्ये एकी असणे देखील आवश्यक असते. खास करून आग, पूर यासारख्या आपत्तींच्या वेळी मदत करणाऱ्या यंत्रणांनी अधिक काळजी घेणे आवश्यक आहे. कारण आगीच्या आणि पुराच्या वेळी तीव्रतेचा अंदाज न आल्यास मदत करणारी यंत्रणा कोलमडू शकते. म्हणून आपत्तीच्या मदत यंत्रणेला खूप महत्त्व आहे.

इ. पुनर्वसन यंत्रणा :

आपत्तीग्रस्त परिसरातील लोकांचे जीवनमान सुरळीत सुरू होण्यासाठी पुनर्वसनाची यंत्रणा असावी लागते. अन्न, वस्त्र, निवारा या पायाभूत सुविधा प्रत्येकाला पुरवाव्या लागतात. या सुविधा देण्यासाठी पुनर्वसन यंत्रणा सुसज्ज असावी लागते. भूकंपग्रस्त, पूरग्रस्त लोकांच्या मुलांना शिक्षण मिळणे देखील अधिक महत्त्वाचे व अत्यावश्यक असते. त्यामुळे पुनर्वसन यंत्रणेची कार्यक्षमता अधिक महत्त्वाची असते. आपत्तीचा सामना करणे ही बाब आपत्ती येण्यापूर्वी महत्त्वाची असते. परंतु आपत्तीच्या नंतरचा सामना हा मालमत्तेचे नुकसान रोखण्याचा प्रयत्न करणे, जखमी लोकांना अत्यावश्यक त्या आरोग्याच्या सुविधा देणे, पुनर्वसनाच्या यंत्रणेवरची महत्त्वाची जबाबदारी असते. एकूणच कुठल्याही आपत्तीच्या वेळी पुनर्वसनाच्या यंत्रणेला अधिक महत्त्व असते.

शासनाची दीर्घकालीन उपायोजना

जातीय सलोखा समित्यांची स्थापना : गाव पातळीवर समाजामध्ये जातीय कारणांवरून जी तेढ निर्माण होते ती होऊ नये, गावामध्ये आणि एकूणच समाजामध्ये शांतता रहावी, सुव्यवस्था रहावी, समाज एकोप्याने नांदावा, समाजामध्ये समृद्धी निर्माण व्हावी यासाठी गाव पातळीवर जातीय सलोखा समित्या स्थापन करण्याचा राज्यशासनाने निर्णय घेतला आहे. या समाजोपयोगी हेतूने समाज घडविण्याचा हा एक प्रयत्न आहे.

❐

प्रथमोपचार

१) प्रथमोपचाराने उद्देश :

१. जखमी मनुष्याची स्थिती अधिक खालवण्यापासून रोखणे.

२. स्थिती सुधारण्याचा प्रयत्न करणे.

३. दुखापतीपासून आराम देणे.

४. प्रत्यक्ष वैद्यकीय मदत लवकरात लवकर मिळवून देण्याचा प्रयत्न करणे.

५. जीवन बचावणे.

प्रथमोपचार तज्ज्ञ :

ज्या व्यक्तीने प्रथमोपचार प्रशिक्षण केंद्राकडून प्रथमोपचाराचे प्रशिक्षण घेतले आहे तिला प्रथमोपचार तज्ज्ञ म्हणतात.

प्रथमोपचार तज्ज्ञाने शांत डोक्याने वेगात व अचूकपणे काम केले पाहिजे.

प्रथमोपचार तज्ज्ञ कसा असावा?

१. प्रथमोपचार तज्ज्ञाने तणावाखाली काम करताना शांततेने व आत्मविश्वासाने आपले काम पूर्ण करावे.

२. प्रथमोपचार तज्ज्ञाला गर्दीचे नियंत्रण त्यासंबंधीच्या सूचना देताना बघ्यांची मने वळविता आली पाहिजे. हे सर्व करण्यासाठी त्याच्यामध्ये उत्कृष्ट नेतृत्व गुण असावा.

३. प्रथमोपचार तज्ज्ञाने स्वत:चा जीव धोक्यात न घालता परिस्थितीचे निरीक्षण करून आपली क्षमता सिद्ध करावी.

४. प्रथमोपचार तज्ज्ञाला रुग्णाच्या स्थितीवरून झट्कन आजार ओळखता यावा त्यानुसार त्याने वेगाने कृती करावी.

५. प्रथमोपचार तज्ज्ञाने गंभीर स्थिती असलेल्या रुग्णांना आत्मविश्वासाने

तपासावे. जरुरी पेक्षा जास्त आत्मविश्वास त्याने दाखवू नये. यासाठी त्याला स्वत:च्या मर्यादा कळल्या पाहिजेत.

६.   प्रथमोपचारामध्ये ज्या गोष्टी शिकल्या त्याचा नियमितपणे सराव करून त्यातून निर्माण झालेल्या कौशल्यानुसार त्याने प्रथमोपचाराची पद्धती वापरायला हवी.

७.   प्रथमोपचार तज्ज्ञाने रुग्णाच्या नातेवाईकांना शांत करून त्यांना विश्वासात घ्यायला हवे. यासाठी त्याच्याकडे बोलण्याची कला असावी.

८.   आपल्या निर्णय शक्तीच्या माध्यमातून प्रथमोपचार तज्ज्ञाने कोणत्या रुग्णाला अगोदर पसंती द्यायची व कोणत्या आजारावर अगोदर व योग्य उपाय करायचा हे ठामपणे ठरवले पाहिजे.

प्रथमोपचार तज्ज्ञाचे कार्य :

१. कुठल्याही आपत्तीचे कारण त्याला तातडीने समजायला हवे. तसा त्याने सातत्याने प्रयत्न करावा.

२. पेशंटचे घातक पदार्थापासून त्याने रक्षण करावे.

३. रुग्ण बेशुद्ध आहे की शुद्धीत आहे. मृत आहे की जिवंत आहे हे तपासावे.

४. अपघात झालेल्या स्थळावर त्याने लवकरात लवकर पोहचावे.

५. आपल्या संदर्भातील प्रश्नांकडे त्याने लक्ष द्यावे. असंबध्द किंवा संदर्भहीन गोष्टीकडे त्याने लक्ष देऊ नये.

६. दुर्घटनेबाबतीत किंवा आपत्ती बाबतीत त्याच्याकडे आवश्यक नोंदी असाव्यात. या नोंदी जखमींची ओळख पटण्यासाठी फारच आवश्यक असतात.

७. कोणत्या गोष्टीला प्राधान्य द्यावे हे त्याने वेळकाळ बघून ठरवावे.

८. सर्वप्रथम रुग्णाच्या श्वासनलिकेचा मार्ग त्याने मोकळा करावा व कृत्रिम श्वसनादी उपचार करावेत.

९. वैद्यकीय सुविधा रुग्णाला त्वरित मिळावी यासाठी त्याने रुग्णाला घटनास्थळावरून त्वरित हलवावे.

आपत्कालीन व्यवस्थापन :

१. घटना स्थळावर त्याने प्राथमिक गोष्टींसाठी अडून बसू नये. त्यासाठी त्याने स्वत:च्या कोट, टाय या उपलब्ध साधन सामग्रीचा वापर करावा.

२. वृद्धांना व लहान मुलांना त्याने योग्य वागणूक द्यावी.

३. रुग्ण व त्यांच्या नातेवाईकांना त्याने कायम दिलासा द्यावा.

२) आपत्ती स्थळावरील प्रथमोपचार पद्धती :

१. वैद्यकीय उपचार हे डॉक्टर किंवा नर्स उपलब्ध असतील तरच करावेत.

२. घटनास्थळी डॉक्टर किंवा नर्स उपस्थित नसेल तर त्याने शांतपणे परिस्थितीवर नियंत्रण ठेवण्याचे आपले प्राथमिक कार्य पूर्ण करावे.

३. वेगात व शांत डोक्याने त्याने संपूर्ण नियंत्रण करावे.

४. घटनास्थळी त्याने आपण प्रथमोपचार तज्ञ असल्याची ओळख करून द्यावी.

महत्त्वाचे पथ्य / नियम :

१. आपत्तीला सामोरे जातांना प्रत्येक वेळेस आपल्या विवेकबुद्धीने मर्यादा लक्षात घेऊन मर्यादेपलीकडचे काम करू नये.

परिस्थितीची पाहणी करताना घ्यावयाची काळजी :

१. गरजे पुरतेच कार्य करणे.

२. अचूक परीक्षण करणे.

३. प्राणघातक घटना घडलेली असल्यास बघ्यांची मदत घ्यावी.

४. वैद्यकीय मदतीसाठी फिरती रुग्णवाहिका मागवावी.

५. स्वत:ला व जखमींना धोका होणार नाही याची काळजी घ्यावी.

परिस्थितीची पाहणी करताना घ्यावयाची खास खबरदारी :

१. घटनास्थळावरील गर्दीला आवरण्यासाठी प्रथमोपचार तज्ञाने रुग्णाची काळजी घेणे आवश्यक आहे.

प्रथमोपचार :

२. विजेच्या धक्क्यामध्ये विजेचा संपर्क होणार नाही असा संपर्क तोडून टाका.

३. इमारत कोसळली असेल किंवा आग लागली असेल तर तेथून जखमींना तातडीने हलवणे आवश्यक असते. त्यासाठी उपाययोजना करणे.

४. घटनास्थळावर जमलेल्या बघ्यांना विनंती करून त्यांच्या मदतीने वाहतूक नियंत्रणाचे काम करावे. अपघात झालेल्या गाडीचे इंजिन बंद करावे.

५. विषारी वायुगळती जर असेल तर त्याचा उगम बंद करण्यासाठी प्रयत्न करावा.

बघ्यांच्या गर्दीचा योग्य उपयोग :

१. फोन करून मदत बोलावण्याची मागणी करावी.

२. भरपूर जखम झालेल्या अवयवाला आधार देण्याचे काम त्यांच्याकडून

करून घ्या.

३. जखमींचे अतोनात जाणारे रक्त थांबवण्यासाठी गर्दीची मदत घ्या.

४. घटनेच्या संदर्भानुसार महत्त्वाच्या अधिकाऱ्यांना बघ्यांच्या मदतीने फोन करायला सांगणे व त्यांच्याकडून मिळालेला प्रतिसाद विचारात घ्यावा.

५. वाहतुक व गर्दी नियंत्रित करण्याचे काम गर्दीतील लोकांकडूनच करून घ्या.

निकडीचा निकष ठरवणे :

१. जखमींनी आपल्या स्पर्शाला किंवा प्रश्नांना प्रतिसाद दिला नाही तर काही गोष्टी तत्काळ कराव्यात.

अ) एअरवे (श्वसनमार्ग)

आ) श्वासोच्छ्वास

इ) सर्क्युलेशन (रक्त भिसरण)

ई) जर श्वासोच्छ्वास होत नाही - तर कृत्रिम श्वसनाचे उपचार द्या

उ) जर नाडी लागत नसेल - तर छातीवर दाब देऊन ह्दयाचे कार्य पुन्हा सुरू करण्याचा प्रयत्न करा.

ऊ) जर श्वसनमार्ग बंद झाला असेल तर तो मोकळा करा. भरपूर रक्तस्त्राव होत असल्यास प्रथम तो नियंत्रित करण्याचा प्रयत्न करावा.

३) जर रुग्ण बेशुद्ध असेल तर

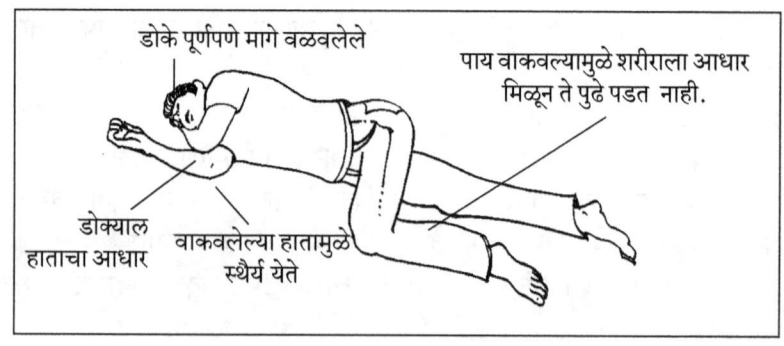

१. अगोदर रुग्ण किती प्रतिसाद देतो हे पाहणे.

२. पाठीच्या कण्याला दुखापत झाली आहे असे आढळून आल्यास रुग्णाला

वळवू नका.

३. रुग्णाला कुशीवर वरच्या बाजूचा पाय वाकवून पुढे टाकून सहज अवस्थेत झोपवावे.

४) धक्का

वैद्यकीय मदत येईपर्यंत रुग्णाला शांत व झोपलेल्या अवस्थेत ठेवा.

५) इतर गरजा

– रुग्णाला हलवण्यापूर्वी त्याच्या सर्व अस्थिभंगावर व जखमांवर प्रथमोपचार करा.

– रुग्णाला नेत असताना त्याच्या जखमी भागांना आधार द्या.

– पाठीच्या कण्यासाठी जखमी भागाची विशेष काळजी घ्या.

मदत बोलावताना

१. कोणत्याही परिस्थितीत रुग्णाला एकटे सोडू नका.

२. जर तुम्हाला रुग्णवाहिका, पोलीस, अग्निशमन दल, गॅस किंवा वीजमंडळ अधिकारी इत्यादी कोणतीही मदत घ्यायची असेल तर शक्यतो बघ्यांच्या गर्दीतून कोणाला तरी पाठवा.

प्रशासनाला / अधिकाऱ्यांना माहिती देताना हे लक्षात ठेवा –

१. घटनास्थळाचे नेमके स्थान सांगण्याचा प्रयत्न करा. त्यासाठी जास्तीत जास्त रस्त्यांच्या, जवळच्या एखाद्या मोठ्या व प्रसिद्ध इमारतीच्या खाणाखुणा द्या.

२. आपत्ती प्रकार व गांभीर्य हे जास्तीत जास्त त्यांच्या मनावर बिंबवण्याचा प्रयत्न करा.

३. जखमींची संख्या, लिंग व अंदाजे वय तसेच शक्य असल्यास जखमांचे स्वरूप याविषयी माहिती देण्याचा प्रयत्न करा.

४. जर हृदय विकाराचा झटका, श्वासावरोध किंवा प्रसूतीची शक्यता वाटत असल्यास विशेष मदत मागवा.

५. तुमच्या जवळचा एखादा दूरध्वनी क्रमांक बघायला विसरू नका म्हणजे जर काही कारणाने तुम्ही संपर्क साधू शकत नसला तर ते अधिकारी तुमच्याशी संपर्क साधू शकतील.

अनेक जखमी व जखमांना कशा प्रकारे हाताळावे –

– गंभीर अपघात / आपत्तीमध्ये बऱ्याचशा गुंतागुंतीच्या जखमा होतात हे लक्षात ठेवा.

– कोणत्या रुग्णाला अगोदर उपचार करावेत व कोणाला नंतर ते निरीक्षणाने ठरवा.

– गंभीर दुखापती सर्वप्रथम हाताळाव्यात व त्यावर सर्व प्रथम उपचार करावेत.

– जास्त आरडा ओरड करणारी व्यक्ती शक्यतो जास्त जखमी झालेली नसते.

प्रथमोपचार साहित्य :

१. कुठल्याही औषधांच्या दुकानात उपलब्ध असते. घरच्या घरीही बनवू शकतो.

प्रथमोपचार साहित्याबद्दल महत्त्वाचे मुद्दे :

१. लहानशी धातुची पेटी असावी.

२. सर्व गोष्टी त्वरित वापरता याव्यात अशा असाव्यात.

३. सर्व आवश्यक गोष्टी जिथल्या तिथे असाव्यात.

४. सुटसुटीतपणा असावा.

प्रथमोपचार साहित्य :

१. कापसाचा रोल

२. चिकट पट्टी

३. अँटिसेप्टीक साहित्य

४. कात्री, चिमटे व सेप्टीपीन

५. चिकटणारी बँडेज

६. गॉज ड्रेसिंग ५ सें.मी. व १० सें.मी. वेगवेगळ्या जंतुविरहित पॅकेजमध्ये असावे.

७. ५ व ८ सें. मी.च्या जंतुविरहित गॉज बँडेजचे रोल.

८. एअरवे

९. तापमापक

१०. रबराचा तुकडा

११. विजेरी व बॅटरीसेल

१२. आगपेटी

१३. तुटलेल्या हाडाच्या आधारासाठी फळ्या

१४. जिभणी

१५. लुब्रिकन्ट (घर्षण टाळण्यासाठी) पेट्रोनियम जेली

१६. बँडेजसाठी १. चौ. मी. चे सुती कापड जे धुवून नीट इस्त्री करून ठेवावे.

प्रथमोपचार

श्वसनमार्ग मोकळा करणे

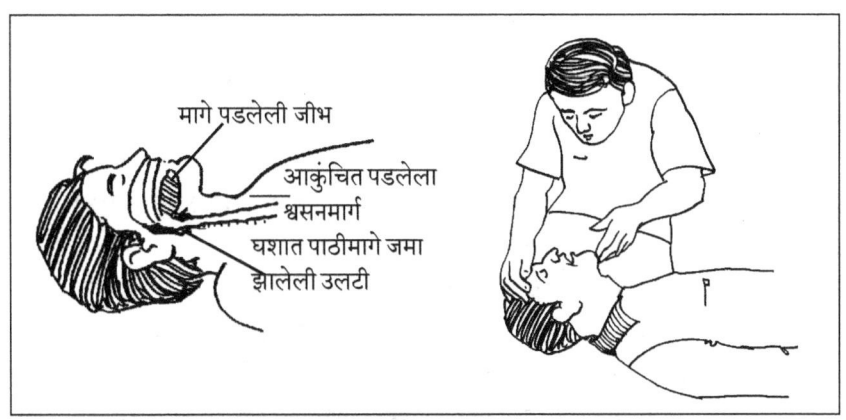

मागे पडलेली जीभ
आकुंचित पडलेला
श्वसनमार्ग
घशात पाठीमागे जमा
झालेली उलटी

जर रुग्ण बेशुद्ध असेल, तर त्याच्या श्वसनमार्गात अडथळे असू शकतात, ज्यामुळे श्वसन करताना आवाज ऐकू येतो किंवा श्वसनच बंद पडते. हे अनेक कारणांमुळे घडू शकते. डोके पुढे कलले असेल, ज्यामुळे श्वसनमार्ग आकुंचित पावला असेल किंवा घशाच्या स्नायुंवरील ताबा गेला असेल, ज्यामुळे जीभ मागे पडून गळ्यात लोंबत असेल व श्वसनमार्गात अडथळा आला असेल, शिवाय प्रतिक्षिप्त क्रियांवर परिणाम झाल्यामुळे लाळ किंवा उलटी घशात साठली असेल. रुग्णाचा मृत्यू व्हायला यातील कोणतेही कारण पुरते. म्हणूनच सर्वप्रथम रुग्णाचा श्वसनमार्ग मोकळा करणे फारच महत्त्वाचे आहे.

एकदा का श्वसनमार्ग मोकळा झाला, की रुग्णाचा श्वासोच्छवास कदाचित आपोआप चालू होऊ शकेल. श्वसन सुरू झाल्यास रुग्णाला रिकव्हरी पोझिशनमध्ये झोपवा, अन्यथा कृत्रिम श्वसनोपचार त्वरित सुरू करा.

प्रथमोपचाराचे टप्पे :

१. जखमी व्यक्तीचा जबडा उचलून व डोके एका बाजूला वळवून श्वसनमार्ग मोकळा करा.

२. श्वासोच्छवास तपासून कपडे सैल करा. आवश्यकता वाटल्यास त्या व्यक्तीस शुद्धीवर आणण्यासाठी एबीसीचा वापर करा.

३. जर काही कारणांमुळे अशी स्थिती जमणार नसेल तर रुग्णाला पाठीवर झोपवा. व त्याचे डोके एका बाजूला ठेवा. जेणेकरून त्याची जीभ आतमध्ये मागे

पडणार नाही.

४. श्वसनमार्गातील सहज दिसणारे अडथळे दूर करा.

५. रुग्णाचे तोंड उघडा. बोटावर गॉज ड्रेसींग किंवा रुमाल बांधून तोंडात बोट घालून नीट साफ करा.

६. जीभ पुढे ओढा आणि रुमालात धरून ठेवा. खोटे दात असतील तर काढून ठेवा.

७. रुग्णाला कोणत्याही प्रकारची गंभीर दुखापत नाही याची प्रथम खात्री करून घ्या. रक्तस्राव मोठ्या प्रमाणात होत असेल तो नियंत्रित करा तसेच अस्थिभगांचा संशय वाटत असेल तर त्या भागांना नीट आधार द्या.

८. ब्लँकेट, चादर, वगैरे पांघरुन रुग्णाला नीट उबदार अवस्थेमध्ये ठेवा.

९. रुग्णाच्या प्रतिसादाची पातळी नीट लक्षात ठेवा व श्वासोच्छवास व नाडी नीट तपासा.

१०. कोणत्याही परिस्थितीत तोंडाने कोणतेही औषध रुग्णाला देऊ नका कारण ते त्याच्या श्वसनलिकेत अडकून तो गुदमरण्याची शक्यता असते.

वैद्यकीय मदतीची व्यवस्था करा.

पाठीच्या कण्याच्या दुखापतीमधील सहज स्थिती.

पाठीच्या कण्याला दुखापत झाल्याचा संशय असेल तरीसुद्धा रुग्णाच्या श्वसनमार्गालाच प्राधान्य द्यावे. अशा रुग्णाला कुशीवर वळवताना पाठीच्या कण्याची नैसर्गिक स्थिती बिघडणार नाही यासाठी अधिक काळजी घ्यावी. पाठीच्या कण्याला सहज स्थिती मध्येच झोपवले पाहिजे.अशा व्यक्तीला हलवतांना शक्यतो ६ माणसे तयार ठेवावीत.

रुग्णाला इकडून तिकडे हलवतांना सर्व हालचाली रुग्णाचे डोके पकडलेल्या व्यक्तीच्या आज्ञेप्रमाणे कराव्यात.

कृती

१. सहकारी व्यक्तींना रुग्णाच्या एका बाजूने व दोघांना दुसऱ्या बाजूने गुडघ्यावर बसायला सांगा.

२. रुग्णाचे डोळे व मान नीट काळजीपूर्वक नेहमीच्या सरळ स्थितीत ठेवावी. रुग्णाच्या कानाभोवती हाताचा आधार ठेवून हळूवारपणे पण नीट पकडीने रुग्णाची स्थिती सांभाळा.

३. रुग्णाचे पाय सरळ करावेत आणि त्याचा एक हात तीन साहाय्यक उभे असलेल्या बाजूला डोक्याच्या शेजारी व दुसरा हात त्याच्या शेजारी ठेवावा.

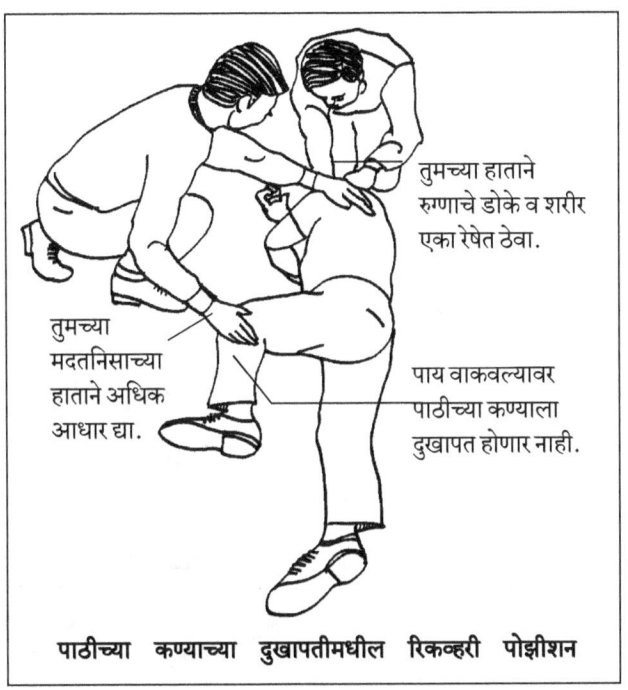

तुमच्या हाताने
रुग्णाचे डोके व शरीर
एका रेषेत ठेवा.

तुमच्या
मदतनिसाच्या
हाताने अधिक
आधार द्या.

पाय वाकवल्यावर
पाठीच्या कण्याला
दुखापत होणार नाही.

पाठीच्या कण्याच्या दुखापतीमधील रिकव्हरी पोझीशन

४. तीन सहकाऱ्यांनी त्यांचे हात रुग्णाभोवती ठेवावेत व इतरांनी त्याला अलगदपणे उचलल्यावर रुग्णाला स्वत:च्या हातावर घ्यावे.

५. वैद्यकीय मदत येईपर्यंत त्याचे डोके व त्याची मान नेहमीच्या सरळ स्थितीमध्ये ठेवून तिला आधार देत रहावा.

६. आवश्यकता वाटल्यास अधिक स्थिरतेसाठी मानेचा पट्टा वापरा.

७. एका साहाय्य करणाऱ्याने रुग्णाचा खालच्या बाजूचा हात वाकवून त्याच्याच डोक्याच्या खाली ठेवावा, जेणेकरून त्याच्या डोक्याला व मानेला आधार मिळेल. दुसऱ्याने कुशीवर वळलेल्या रुग्णाचा वरच्या बाजूच्या पाय वाकवून त्याच्या टाचा त्याच्या दुसऱ्या पायाच्या पोटरीवर येतील असा ठेवावा. जेणेकरून त्याचे शरीर स्थिर अवस्थेत राहिल.

फिट आलेल्या रुग्णासाठी प्रथमोपचार –

अ) व्याख्या –

व्यक्तीचे शरीर ताणले जाते कारण मेंदूचे नियंत्रण सुटते, त्यामुळे व्यक्ती बेशुद्ध अवस्थेत न पडता बेफामपणे हालचाली करते. त्यास फिट येणे असे म्हणतात.

प्रमुख कारणे

- डोक्याला मार बसणे
- आकडी येणे
- हायपोग्लिसेमीपा असणे

ब) १.धुरकट दिसणे, डोळ्यांसमोर काजवे चमकणे. कानांमध्ये सतत गुं गुं असा आवाज येणे.

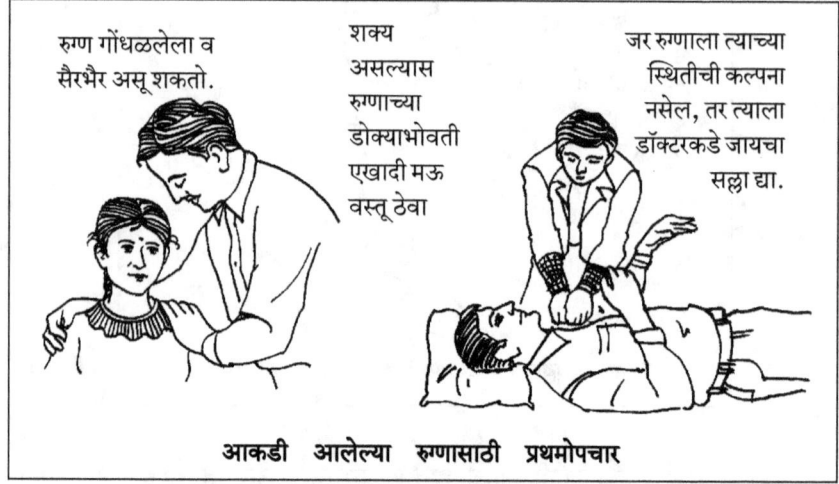

रुग्ण गोंधळलेला व सैरभैर असू शकतो.

शक्य असल्यास रुग्णाच्या डोक्याभोवती एखादी मऊ वस्तू ठेवा

जर रुग्णाला त्याच्या स्थितीची कल्पना नसेल, तर त्याला डॉक्टरकडे जायचा सल्ला द्या.

आकडी आलेल्या रुग्णासाठी प्रथमोपचार

२. बऱ्याच वेळा जीभ दातात सापडून चावली जाते.

३. ओठ व जीभ काळीनिळी पडतात.

४. रुग्ण मोठ्याने ओरडतात किंवा रडतात.

५. बेभान अवस्थेमध्ये शरीराच्या हालचालींवरील नियंत्रण सुटल्यामुळे शरीरास मुका मार बसतो.

६. मेंदूचे नियंत्रण सुटल्यामुळे लघवीवरील तसेच इतर क्रियावरील नियंत्रण सुटते.

क) प्रथमोपचार

१. सुरुवातीला रुग्णाच्या आजूबाजूची जागा मोकळी करावी, त्यासाठी आवश्यक असलेल्या लोकांना जवळ ठेवून बाकी निकामी गर्दी हटवावी. शक्य असल्यास रुग्णाच्या गळ्याभोवतालचे कपडे सैल करावेत. मानेखाली एखादी वस्तू ठेवावी. ती वस्तू मऊ असावी.

२. जीभ चावली जाऊ नये यासाठी तोंडामध्ये चमचा किंवा तत्सम वस्तू

घालून ठेवा.

३. जर रुग्णाचा तोल जात असेल तर त्याला आधार द्यावा किंवा त्याला जमिनीवर झोपवून ठेवावे.

४. जोपर्यंत आकडी थांबत नाही तोपर्यंत रुग्णाला एकटे सोडू नका.

५. रुग्ण पूर्णपणे बरा होत असेल तरीसुद्धा त्याला याबद्दल डॉक्टरला माहिती द्यायला सांगावी.

६. जेव्हा आकडी थांबेल तेव्हाच रुग्णाला त्याच्या श्वसनक्रियेला मदत करण्यासाठी सहज स्थितीमध्ये ठेवा.

आकडीमध्ये पाळायची पथ्ये –

१. रुग्णाला जास्त धोका नसेल, तर त्याला हलवू नका.

२. रुग्णाची कृती जबरदस्तीने थोपवू नका.

३. रुग्णाच्या तोंडामध्ये उगीच कोणती तरी वस्तू घालू नका.

४. रुग्णाला जागे करण्याचा प्रयत्न करू नका.

५. जोपर्यंत रुग्ण पूर्ण शुद्धीवर येत नाही तोपर्यंत त्याला काहीही खायला-प्यायला देऊ नका.

विषबाधेवरील प्रथमोपचार

अ) व्याख्या

जो पदार्थ शरीरात गेला असता इजा किंवा अपाय करतो व काही वेळा जीवित हानी होण्याचीही शक्यता असते त्याला विष असे समजावे.

ब) विष शरीरात जाण्याचे मार्ग

१. तोंडावाटे (गिळण्याने) : कीटक नाशक द्रव्ये, दारू, अमली पदार्थ, कुजके-नासके पदार्थ, ॲसिड्स, अल्कली.

२. नाकावाटे : अशुद्ध हवा, कार्बनडाय ऑक्साईड, कार्बन मोनॉक्साईड, क्लोरीन, भूल देणारी औषधे.

३. त्वचेशी संपर्क आल्याने : प्राणी दंश, साप, विंचू, मधमाशी वगैरेच्या दंशामुळे होणारी विषबाधा, वाळवी इत्यादी किटकनाशक द्रव्ये.

४. त्वचेत टोचून : इंजेक्शनरूपाने म्हणजे इंजेक्शनच्या चुकीच्या मार्गाने परीक्षा न करता दिल्यास, अमली पदार्थ, झोप, गुंगी आणणारी औषधे.

विषबाधा चुकून होऊ शकते. जाणूनबुजून केली जाऊ शकते. तसेच आत्महत्या करण्यासाठी सुद्धा केली जाऊ शकते.

क) प्रथमोपचार

१. जर रुग्ण शुद्धीवर असेल तर त्याचा आहार काय असावा व तो आहार कधी व कसा दिला जावा याची माहिती करून घेणे.

२. रुग्णाची श्वसनक्रिया व रक्ताभिसरण सुरू आहे की नाही हे तपासत राहावे.

३. रुग्ण शुद्धीवर असताना

अ) त्याच्या घशात दोन बोटे खोलवर घालून हळूवार खाजवावे.

ब) दोन चमचे मीठ ग्लासभर पाण्यात द्यावे.

४. रुग्णाच्या चेहऱ्यावर किंवा उच्छ्वासात जर विषाचे प्रमाण असेल तर काळजी घ्यावी.

५. जर रुग्णाला उलटी झाली तर ती तपासण्यासाठी पाठवून द्यावी.

६. जर भाजणाऱ्या विषांपैकी विषबाधा झाली असेल तर ओठ, जीभ, घसा, तोंडातील आतील त्वचा, अन्नपचनमार्ग इत्यादी इंद्रिये भाजली जातात. अशा रुग्णांना उलटी होण्याचे उपाय करू नयेत.

७. उलटी होताना रुग्णाची अन्ननलिका, तोंड इत्यादी इंद्रिये परत भाजण्याची शक्यता असते. अशा वेळी रुग्णाला हॉस्पिटलमध्ये पाठवावे.

८. वायुगळतीची विषबाधा झाली असेल तर रुग्णाला गॅसने भरलेल्या खोलीच्या बाहेर काढावे. शुद्ध हवा मिळण्यासाठी गर्दी होऊ देऊ नये.

९. विषाशी संपर्क आल्यास त्वचेचा भाग थंड पाण्याने नीट धुवावा. कपड्यावर जर विष पडले असेल तर त्याला व त्या रासायनिक पदार्थाला आपला हात लागू नये अशी काळजी घ्यावी.

१०. बेशुद्ध रुग्णाला तोंडावाटे काहीही देऊ नये. रुग्णाचा श्वसनमार्ग मोकळा झाल्या झाल्या त्यास सर्वसाधारण श्वासोच्छवासास सहज शांतपणे झोपू द्यावे.

आपत्ती मधील विशिष्ट विषबाधा

१. कार्बन मोनॉक्साइड

अ) सर्वसाधारण उगम : पेट्रोल इंजिनमधून निघालेला धूर, अर्धवट जळलेल्या इंधनातून निघालेला धूर, गॅसमुळे लागलेल्या आगी.

ब) खुणा : त्वचा मऊ गुलाबी रंगाप्रमाणे बनते. श्वसनक्रिया मंद होते. श्वास घ्यायला त्रास होतो किंवा बेशुद्धी येते.

क) लक्षणे : गुंगी येणे, डोके दुखणे, छातीत घट्टपणा जाणवणे, उलट्या होऊन कोसळणे.

ड) प्रथमोपचार : श्वसनमार्ग योग्य व्हावा व श्वासोच्छवास व रक्ताभिसरण योग्य रीतीने होण्यासाठी बेशुद्ध रुग्णाला ताज्या हवेत आणावे. लवकरात लवकर ऑक्सिजन देऊन उपचार करावेत.

२) कीटकनाशके

अ) उगम : तोंडावाटे, श्वासातून, त्वचेबरोबर संपर्काने

ब) लक्षणे : तोंडास अतिशय लाळ सुटते, खाज येते, शरीरास मुंग्या येतात, शरीर गार पडते, श्वास, नाडी अनियमितपणे, बंद होते, डोळ्यांच्या बाहुल्या बारीक होतात, रोगी बेशुद्ध पडतो.

प्रथमोपचार :

कपड्यावर व त्वचेवर विष सांडलेले असल्यास पाणी व साबणाने स्वच्छ धुवावे. चुकून सेवन केले गेले असल्यास मीठाचे पाणी देऊन उलट्या करण्यास त्याला भाग पाडणे.

भाजणारी विषे –

अ) उगम : जहाल ॲसिडस, अल्कली ही भाजणारी विषे आहेत.

ब) लक्षणे : तोंडात, घशामध्ये, अन्ननलिकेमध्ये, पोटामध्ये भाजले असल्यास भाजलेल्या त्वचेवर डाग पडतो, रक्तयुक्त उलटी व नंतर अतिसार होऊ शकतो. रुग्ण गंभीरपणे आजारी पडू शकतो. त्याला बोलायला आणि श्वास घ्यायलाही त्रास होतो.

क) प्रथमोपचार :

– रुग्णाला आरामदायी वाटेल अशा रीतीने बसवा किंवा झोपवून ठेवा.

– उलटीचे उपाय करू नका. कारण त्यामुळे तोंड व अन्ननलिकेचा भाग भाजण्याची शक्यता असते.

– गंभीर अल्कली विषबाधेवर उपाय म्हणून लिंबाचा रस, व्हिनेगर किंवा ताक पिण्यास द्यावे. याशिवाय ऑलीव्ह ऑइल, तुप, अंड्यातील पांढरा भाग व दूध द्यावे.

– भाजलेल्या त्वचेवर तेल किंवा तोंडातील भाजलेल्या भागावर ग्लिसरीन लावावे.

अन्नातून होणारी विषबाधा

अ) उगम – कुजके, नासके अन्न व दूषित पाणी यांचे सेवन. अन्न व पाणी

बॅक्टेरिया, व्हायरस किंवा रसायनांनी दूषित होऊ शकते.

ब) लक्षणे – उलटी होणे, कमरेत दुखणे, अतिसार इत्यादी

क) प्रथमोपचार – प्रतिजैविक तसेच इन्ट्राव्हेनस, उपचार मिळण्यासाठी रुग्णांना त्वरित हॉस्पिटलमध्ये हलवणे आवश्यक असते.

३. औद्योगिक विषबाधा –

अ) उगम : कारखान्यात वापरली जाणारी काही रसायने घातक परिणाम करू शकतात. अशा रसायनांशी संपर्क आल्यावर एकतर त्वचेला खाज सुटते किंवा पोटात गेल्यावर सर्वसामान्य विषबाधेप्रमाणे लक्षणे दिसतात.

ब) लक्षणे व प्रवेशद्वारे : धूर व धूळीच्या माध्यमातून त्वचेवर, श्वसनाबरोबर नाकावाटे आत जाणे, हात न धुता खाणे. बऱ्याच वेळा रसायनांचे रोजचे थोडे सेवन जी शरीरात साठून राहतात ती औद्योगिक विषबाधेला कारणीभूत ठरतात. यामुळे या प्रकारच्या विषबाधेची लक्षणे दृश्य व्हायला बराच काळ जातो. जेव्हा वायू किंवा वाफेसारखा धूर श्वसनाद्वारे शरीरात जातात तेव्हा अचानकपणे गंभीर लक्षणे समोर येतात.

क) कारखान्यामध्ये वापरल्या जाणाऱ्या घातक रसायनांचे वर्गीकरण

१. अकार्बनीय रसायने. उदा. शिसे, आर्सिनिक, फॉस्फरस, पारा, क्रोमीक ॲसिड आणि किरणोत्सारी पदार्थ.

२. विषारी वायू

- अस्फिस्कीएट्स, उदा कार्बन मोनॉक्साइड, कार्बनडाय ऑक्साइड
- त्रास देणारे उदा. नायट्रोजनयुक्त धूर, अमोनिया
- द्रावणांमधून निघणारे इतर घातक विषारी वायू.

३. कार्बनीय पदार्थ (संयुगे) उदा ट्रायनायट्रो फॉल्युन, ॲस्बेस्टास

ड) औद्योगिक विषबाधेला प्रतिबंध व प्रथमोपचार तज्ज्ञांची भूमिका

कामगारांना उत्तम दर्जाचे संरक्षण प्राप्त व्हावे जेणे करून औद्योगिक विषबाधेला प्रतिबंध बसेल त्यासाठी कायदे आहेत. कारखान्यात वायुवीजनाची चांगली सोय असावी. कर्मचाऱ्यांसाठी श्वसनसाहाय्यक पुरवले जावे व जास्तीत जास्त शक्य असेल तेवढा ऑक्सिजन श्वसनाद्वारे आत जाईल असे पाहावे. धूळ उत्पन्न करणारी कामे टाळली जावीत. याप्रमाणे दक्षता घेतली जाते.

ज्या कारखान्यामध्ये अशा प्रकारची रसायने तयार होतात अशा कारखान्यातील कामगारांची साध्या डॉक्टरांकडून नियमित तपासणी होते. परंतु हे डॉक्टर औद्योगिक

क्षेत्रातील रसायनांचे शक्यतो अभ्यासक नसतात, त्यामुळे या नियमित तपासण्या औद्योगिक क्षेत्रातील तज्ज्ञांकडून व्हाव्यात म्हणजे प्रत्यक्ष विषबाधा होण्याअगोदर उपाय करता येईल.

बाहेरील डॉक्टर कधी कधी बोलावले जातात तर डॉक्टरांच्या दोन भेटीच्या मधल्या काळात कारखान्यातील एखाद्या प्रथमोपचार तज्ज्ञासच कामगारांना तपासावे लागते. हे काम अतिशय महत्त्वपूर्ण ठरते त्यासाठी प्रथमोपचार तज्ज्ञाने अशा घातक पदार्थाशी संपर्क आल्यानंतर काय लक्षणे दिसतात, हे सर्वप्रथम स्वत: नीट जाणून घेतले पाहिजे व अशी काही लक्षणे कोणामध्ये आढळली, तर त्या व्यक्तीला पुढील तपासणीसाठी डॉक्टरकडे पाठवले पाहिजे.

औद्योगिक विषबाधा टाळण्यासाठी एक महत्त्वाचा मार्ग म्हणजे कर्मचाऱ्यांनाच यासंबंधाने नीटनेटकेपणाचे शिक्षण द्यावे. जेणेकरून त्यापासून स्वत:चे संरक्षण ते अधिक योग्य रीतीने करू शकतील.

८. रुग्णांचे वहन कसे करावे?

दुखावलेल्या व्यक्तीस काही वेळा सुरक्षित आसऱ्यासाठी किंवा वैद्यकीय मदत मिळण्यासाठी हलवणे आवश्यक असते. हलवताना रुग्णास कमीत कमी अपाय व वेदना होतील याची काळजी घ्यावी.

रुग्णाची वाहतूक करताना ती पुढील गोष्टीवर अवलंबून असते –

१. रुग्णाची प्रकृती गंभीर आहे की साधारण आहे.

२. जखम किती तीव्र स्वरूपाची आहे.

३. जखम कोणत्या स्वरूपाची आहे हे तपासणे.

४. वाहतुकीचे साधन – बैलगाडी, रिक्षा, मोटार किंवा आयत्यावेळी उपलब्ध असणारे.

५. दवाखान्याचे किंवा सुरक्षित ठिकाणांचे अंतर

६. वाहतुकीचा मार्ग सपाट, खाचखळग्याचा आहे की आडवळणाचा आहे याचा विचार असावा.

आपत्तीच्या प्रसंगी बऱ्याच वेळेला दगडमातीच्या ढिगाऱ्यांमधून रुग्णांना सुरक्षित जागी हलवताना पुढील पैकी पद्धती पाळाव्यात.

अ) मानवी पद्धत

– छोट्या अंतरापर्यंत रुग्णाचे वहन करायचे असेल तर हातांच्या साहाय्याने.

– त्यासाठी एक किंवा अधिक व्यक्ती असाव्यात.

– जर परिस्थिती सामान्य असेल तरच ही पद्धत वापरावी अन्यथा इतर साधनांचा वापर करावा.

मानवी पद्धत दोन भागात विभागली आहे.

१. एका व्यक्तीच्या साहाय्याने

१. मानवी कुबडी

२. ओढत उचलून नेणे

३. पाठुंगळी घेणे.

४. पाळणा पद्धत

अ) अग्निशमन दलसदस्यांची उचलून वाहून नेणे ही पद्धत सुद्धा योग्य आहे.

दोन व्यक्तीच्या साहाय्याने.

१. चार हात बैठक

२. पुढून मागून उचलणे

३. दोन हात बैठक

४. तीन हात बैठक

५. मानवी स्ट्रेचर

ब) स्ट्रेचर पद्धत

– उचलण्यासाठी दोन व्यक्तींची आवश्यकता

– मानसिक धक्का, मेंदूत रक्तस्राव, पाठीच्या कण्यात, कमरेत व खालच्या अवयवांमध्ये फ्रॅक्चर यांसारख्या गंभीर परिस्थितीमध्ये स्ट्रेचर वापरण्यात यावे.

– मोठ्या अंतरासाठी चार व्यक्तींची गरज असते.

रुग्णांच्या वहनासाठी खालील नियम लक्षात ठेवावेत

सुरक्षितता – रुग्णवहन करताना स्ट्रेचरवरून तो खाली पडू नये याची काळजी घ्यावी.

२. धक्के न बसणे –

वहन स्थिरपणे व्हावे व रुग्णाला धक्के बसू नयेत यासाठी काळजीपूर्वक हळुवारपणे स्ट्रेचर वापरावे.

गंभीर स्वरुपाच्या रुग्णाला वहन करताना त्या स्ट्रेचरच्या चारही बाजूंचा समन्वय साधला जावा.

वेग – रुग्णाचे वहन सुरक्षितता व स्थिरता पाळूनही जास्तीत जास्त वेगात

झाले पाहिजे. कधी कधी रुग्णाच्या स्थितीप्रमाणे रुग्णवाहिका हळू चालवणे गरजेचे असते.

३. निरीक्षण

अ) रुग्णाचे वहन होत असताना त्याच्या परिस्थितीकडे सातत्याने लक्ष असायला हवे.

ब) आवळून बांधलेल्या बँडेजीस बरोबर जागेवर आहेत की नाही हे परत परत तत्परतेने तपासावे.

क) रुग्णाची परिस्थिती अधिक खालावत असेल तर त्याची त्या क्षणी वेगळी व्यवस्था करण्याचा प्रयत्न करावा.

ड) ड्रेसींग केले असेल तर ते बरोबर बसले आहे किंवा नाही याकडे तसेच रक्तस्त्रावाकडे लक्ष द्यावे. शक्यतो रुग्णाचा रक्तस्त्राव थांबल्यानंतरच त्याचे वहन करावे. धक्का व फ्रॅक्चरवर उपचार करावेत. जर ते शक्य नसेल तर ते कमीत कमी वहन करत असता अस्थिभंग झालेल्या भागाला आधार तरी मिळेल हे बघावे. उदा - पाठीचा कणा वाकणार नाही अशी व्यवस्था असावी.

वहनाच्या मानवी पद्धती

१) एका व्यक्तीचा आधार

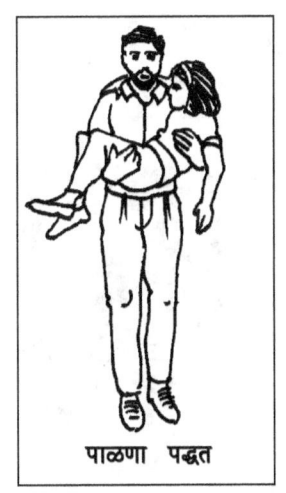

अ) पाळणा पद्धत – ही पद्धत लहान मुले तसेच कमी वजनाचे रुग्ण यांना उपयोगी पडते.

पाळणा पद्धत

कृती – प्रथमोपचार तज्ञ रुग्णाच्या बाजूने खाली वाकतो. एक हात त्याच्या गुडघ्याखालून घालून दुसरा हात मानेभोवती गुंडाळावा. व पायाचा जोर लावून उठावे. व रुग्णाला उचलावे.

ब) मानवी कुबडी पद्धत – एखाद्या रुग्णाच्या एकाच पायाला जखम असेल तर ही पद्धत उपयोगी. रुग्णाने दुसऱ्या पायावर कमीत कमी वजन देऊन प्रथमोपचार तज्ज्ञांच्या शरीरावर जास्त भार द्यावा.

कृती – प्रथमोपचारक रुग्णाच्या दुखापत झालेल्या बाजूला उभा राहतो व आपला हात रुग्णाच्या कंबरेभोवती गुंडाळतो व तेथील कपड्याचा भाग हातात घट्ट पकडून ठेवतो.

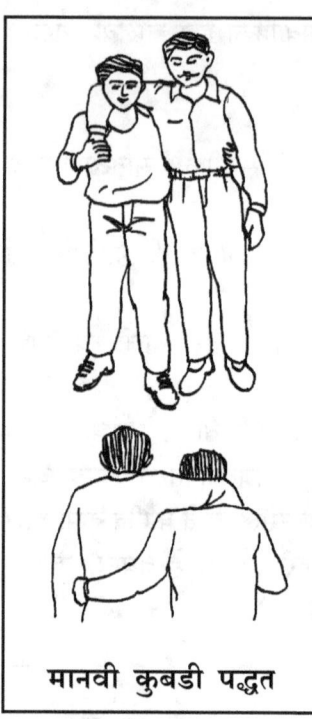

मानवी कुबडी पद्धत

पाठुंगळीला मारणे

रुग्णासाठी सूचना

प्रथमोपचारकाच्या बाजूचा हात त्याच्या गळ्याभोवती टाकणे. जेणेकरून तो पकडून त्याला आधार देणे प्रथमोपचारकाला शक्य होईल.

१) प्रथमोपचारकाच्या पावलाशी समन्वय साधून पावले टाकावीत. सुरुवात दुसऱ्या पायापासून करावी.

२) चालता चालता रुग्णाचा तोल जाण्याची शक्यता असते. हे टाळण्याकरता प्रथमोपचारकाने प्रत्येक वेळी पाय जमिनीवर ठेवताना रुग्णाला थोडेसे आपल्याकडे खेचावे.

क) पाठुंगळीला मारणे : ही प्रसिद्ध पद्धत रुग्ण जर शुद्धीवर असेल तर वापरली जाते. प्रथमोपचारकाच्या पाठीवर बसून रुग्णाला आधार मिळतो. या पद्धतीने वहन करताना प्रथमोपचारकाने त्याचे हात एकमेकात गुंतवता आले तर पहावे. जेणे करून वहनाला मदत होईल.

ड) खेचून नेणे : ही पद्धत बेशुद्ध रुग्णाला थोड्या अंतरावर न्यायला उपयोगी पडते. उदा एखाद्या जळणाऱ्या खोलीतून माणसाला बाहेर काढण्यासाठी. या पद्धतीमध्ये रुग्णाला त्याच्या पाठीवर निजवून प्रथमोपचारक त्याच्या डोक्यामागे उभा राहून पायाच्या बाजूला चेहरा करून वाकतो, हात रुग्णाच्या काखेत घालून मागच्या दिशेने चालत असतो व चालतांना रुग्णाला खेचत नेतो.

रुग्णाला जिन्यावरून खाली नेताना प्रथमोपचारकाने खाली वाकावे व रुग्णाच्या डोक्याला आपल्या छातीने आधार द्यावा व वाकून हळूहळू खाली सरकत पायऱ्या उतराव्या. वेळ असेल तर खेचण्यापूर्वी रुग्णाचे दोन्ही हात छातीसमोर एकमेकांबरोबर घट्ट बांधावेत. ही पद्धत नुसत्या खेचण्याला पर्यायी पद्धत म्हणून वापरली जाते. एखाद्या आग लागलेल्या खोलीतून किंवा सरळ उभे

राहण्यासाठी विशेष वाव नसलेल्या जागेतून बेशुद्ध रुग्णाला हलवायला वापरणे.

कृती

१. रुग्णाला पाठीवर झोपवावे व हात घट्ट बांधावेत.

२. प्रथमोपचारक रुग्णाच्या वरून खाली वाकून हळूहळू पुढे सरकतो. व रुग्णाचे बांधलेले हातांमधून आपले डोके घालतो.

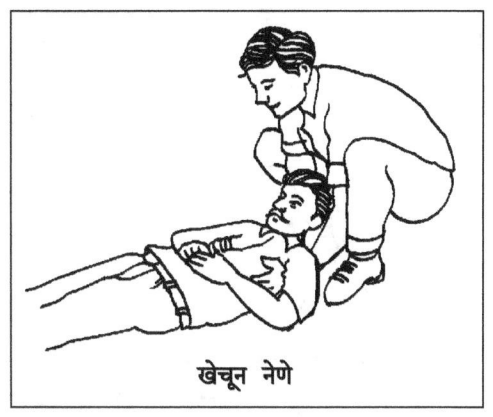

खेचून नेणे

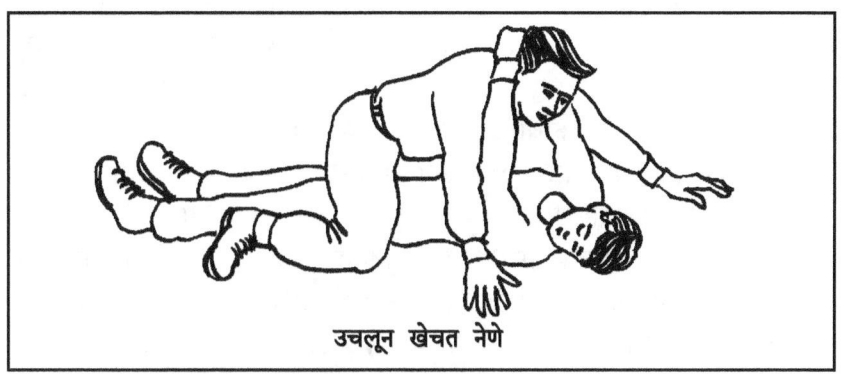

उचलून खेचत नेणे

३. प्रथमोपचारक आपल्या हात व पायांनी हळूहळू रुग्णासह पुढे सरकतो व आपल्याबरोबर रुग्णालाही सुरक्षित जागेपर्यंत खेचून नेतो.

फ) अग्निशमन दलाची उचलून वहन करण्याची पद्धत – जे रुग्ण चालू शकत नाहीत त्यांच्यासाठी ही पद्धत योग्य असते. अर्थात रुग्णाचे वजन प्रथमोपचारकाला झेपणारे असावे. यामध्ये प्रथमोपचारकाला एक हात मोकळा राहतो. हा त्याचा फायदा आहे.

कृती

१) प्रथमोपचारक एका खांद्यावर रुग्णाला उचलून सरळ उभा राहतो व रुग्णाचे उजवे मनगट डाव्या हाताने धरतो. नंतर खाली वाकून तो आपली मान रुग्णाचा उजवा हात वर उचलून त्याच्या खालून घालतो व त्याचा उजवा हात रुग्णाच्या गुडघ्याभोवती गुंडाळतो. मग रुग्णाचे सर्व वजन उजव्या खांद्यावर पेलून

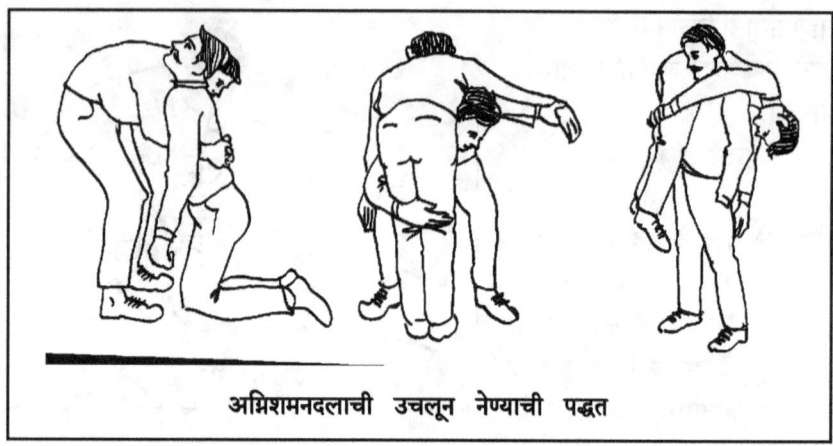

अग्निशमनदलाची उचलून नेण्याची पद्धत

प्रथमोपचारक उभा राहतो व रुग्णाला दोन्ही खांद्यावरून खेचून रुग्णाचे उजवे मनगट स्वतःच्या डाव्या हाताकडून उजव्या हाताकडे देतो. जेणेकरून प्रथमोपचारकाच्या डावा हात मोकळा राहील.

२) दोन साहाय्यकांचा आधार देऊन वापरायच्या पद्धती :

अ) दोन हात बैठक : जे रुग्ण आधारासाठी स्वतःचे हात वापरू शकत नाहीत, परंतु स्वतःचे शरीर सरळ ठेवू शकतात. त्यांना नेण्यासाठी ही पद्धती वापरतात.

कृती : रुग्णाला बसण्याच्या स्थितीमध्ये ठेवतात. दोन्ही प्रथमोपचारक रुग्णाच्या दोन्ही बाजूंनी एकमेकांकडे तोंड करून खाली वाकतात. परंतु त्यांनी गुडघे टेकून बसू नये कारण मग त्यांना उठायला त्रास होईल.

दोन हातांची बैठक

प्रत्येक प्रथमोपचारक आपला रुग्णाकडचा हात रुग्णाच्या पाठीमागून एकमेकांच्या हातापलीकडे टाकतात व रुग्णाचे कपडे पकडतात म्हणजे आता दोघांचा एकेक हात रुग्णाच्या पाठीमागून एकमेकांशी क्रॉस गेलेला आहे. क्रॉस गेलेल्या हातांच्या साहाय्याने दोघेही रुग्णाला थोडेसे उचलतात व आपला दुसरा मोकळा हात हुकपकड पद्धतीच्या एका मार्गाने पकडतात.

ब) हुकपकड पद्धत :

रुग्णाच्या डाव्या बाजूचा साहाय्यक आपल्या डाव्या हाताचा तळवा वरच्या दिशेला येईल असा ठेवतो. पकडीमध्ये दुसऱ्या माणसाच्या हाताची नखे लागू नयेत म्हणून आपल्या हातात घडी घातलेला रुमाल पकडतो. उजव्या बाजूचा साहाय्यक आपल्या उजव्या हाताचा तळवा खाली करून दुसऱ्याचा हात घट्ट पकडतो. दोघे प्रथमोपचारक एकदम उठतात त्यामुळे रुग्ण वर उचलला जातो. खाली झोपलेल्या अवस्थेमध्ये पडलेल्या बेशुद्ध रुग्णांना वाहून नेण्यासाठी ही पद्धत फारच उपयोगी आहे.

कृती –

१. दोन्ही साहाय्यक त्यांचा रुग्णाच्या डोक्याकडील हात त्याच्या डोक्याखालून व मानेखालून घालतात व एकमेकांचे हात पकडतात. इथे मानेला नीट आधार देणे आवश्यक असते.

२. दोन्ही साहाय्यक रुग्णाच्या एकेका बाजूला एकमेकांकडे तोंड करून खाली वाकतात.

३. साहाय्यक रुग्णाच्या पायाच्या बाजूचे मोकळे हात रुग्णाच्या गुडघ्या खालून व पोटऱ्या खालून घालतात.

४. दोघेही साहाय्यक उठतात व रुग्णाला घेऊन जातात.

क) तीन हातांची बैठक

जो रुग्ण स्वतःचा हात वापरून प्रथमोपचारकांना मदत करू शकतो त्याची ने-आण करण्यासाठी ही पद्धत वापरतात. कमरेखाली दुखापत झालेल्या अवयवांना आधार देण्यासाठी ही पद्धत फारच उपयोगी आहे.

पद्धत –

१. साहाय्यक रुग्णाच्या दोन्ही बाजूंना एक असे एकमेकांकडे तोंड करून खाली वाकतात.

२. रुग्णाला बसण्याच्या स्थितीत ठेवले जाते.

३. मग रुग्ण स्वतःचे हात साहाय्यकांच्या गळ्याभोवती ठेवून स्वतःला

थोडेसे वर उचलतो, जेणेकरून त्याच्या खाली बैठक करणे सोपे जाईल.

४. दुखापतीच्या भागाच्या बाजूचा साहाय्यक स्वत:च्या रुग्णाच्या पायाकडील हात रुग्णाच्या गुडघ्याखाली किंवा मांडीखालून घालतो. त्यामुळे बैठक तयार करण्यासाठी त्याचा दुसरा हात मोकळा होतो.

५. मग रुग्णाखाली पुढील तऱ्हेने योग्य बैठक केली जाते. दोन्ही हात मोकळे असणारा साहाय्यक स्वत:चे डावे मनगट उजव्या हाताने पकडतो. एक हात मोकळा असणारा साहाय्यक त्या हाताने त्याच्या सहकाऱ्याचे मोकळे मनगट पकडतो व सहकाऱ्याला स्वत:चे मनगट पकडायला देतो.

६. दोन्ही साहाय्यक दुखापत झालेल्या भागाला नीट आधार देत एकदम उठतात.

ड) चार हातांची पद्धत –

जेव्हा रुग्ण स्वत:चा एक किंवा दोन्ही हात धरून प्रथमोपचारकांना मदत करू शकतो त्याच्या कमरेखालील अवयवांना आधाराची गरज असते तेव्हा ही बैठक वापरली जाते.

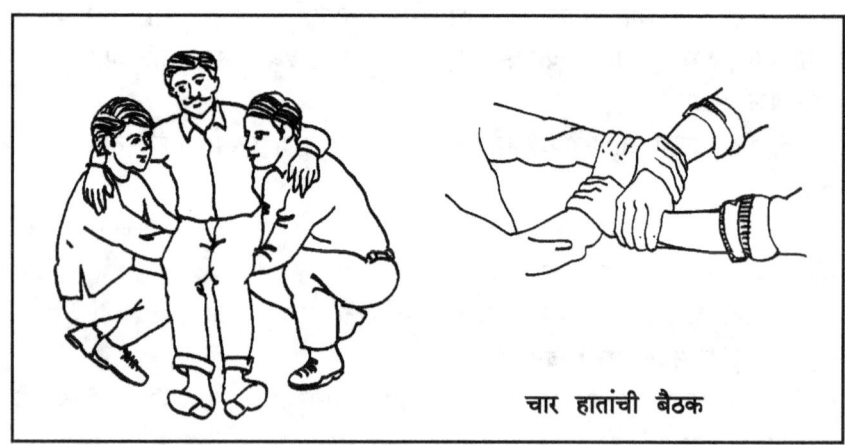

चार हातांची बैठक

पद्धती –

१. रुग्णाला बसल्या अवस्थेत ठेवणे.

२. साहाय्यक रुग्णाच्या दोन्ही बाजूंनी एक अशा तऱ्हेने एकमेकांकडे तोंड करून उभे राहतात.

३. रुग्ण स्वत:चे हात साहाय्यकांच्या गळ्याभोवती टाकतो व स्वत:ला जमिनीपासून थोडे वर उचलतो.

४. रुग्णाच्या खाली पुढील तऱ्हेने बैठक तयार करायला हवी.

- प्रत्येक साहाय्यक हाताचे तळवे खालच्या बाजूला ठेवून स्वतःचे डावे मनगट स्वतःच्या उजव्या हाताने पकडतो.

- साहाय्यक पेशंटच्या खाली आपल्या मोकळ्या हातांनी सहकाऱ्याचे मोकळे मनगट पकडून बैठक बनवतात.

५. मग साहाय्यक रुग्णाला घेऊन उभे राहतात.

इ) मागे–पुढे उचल पद्धती

ज्या ठिकाणी बैठक तयार करण्यासाठी जागा नसते किंवा दार अथवा अरुंद कॉरीडॉरमधून रुग्णाला काढायचे असते त्याठिकाणी ही पद्धत नाईलाजाने वापरली जाते. ह्या पद्धतीत रुग्णावर बराच ताण पडत असतो. म्हणून ही पद्धत शक्यतो वापरू नये.

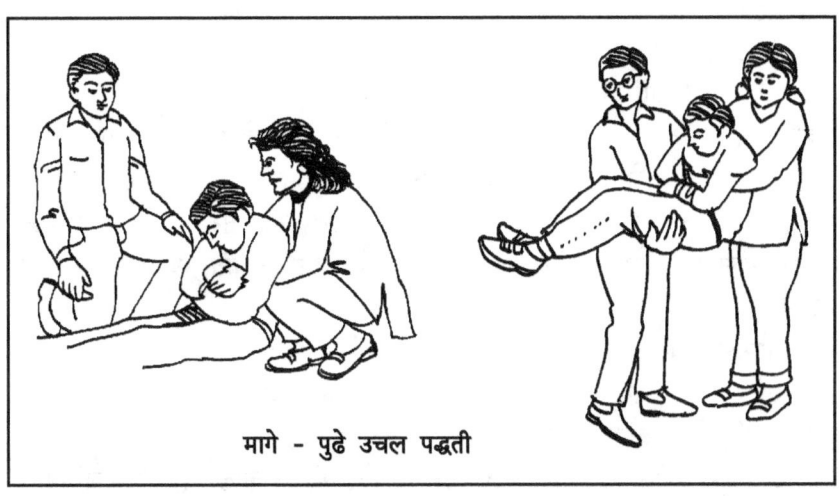

मागे - पुढे उचल पद्धती

पद्धत–

१. एक साहाय्यक रुग्णाच्या पाठीमागून वाकतो आणि स्वतःचे हात रुग्णाच्या काखेमधून घालतो व दोन्ही हात एकमेकांच्या मध्ये छातीपुढे अडवतो.

२. दुसरा साहाय्यक रुग्णाच्या समोर पण त्याच्याकडे पाठ करून रुग्णाच्या दोन्ही पायांमध्ये उभा राहतो. तो रुग्णाचे पाय त्याच्या गुडघ्याच्या वर पकडतो जेणेकरून ते स्वतःच्या दोन्ही बाजूंना येतील.

३. जर स्त्री रुग्ण असेल किंवा जखम दोन्ही पायांना असेल तर दोन्ही पाय

एकत्र बांधून काखेत पकडून रुग्णाला नेले जाते.

४. दोन्ही साहाय्यक एकाच वेळी उठून पेशंटला घेऊन जातात.

स्ट्रेचरचे वहन

– गंभीररीत्या आजारी असलेल्या रुग्णांना रुग्णवाहिकेपर्यंत नेण्यासाठी किंवा सुरक्षित निवाऱ्याच्या जागी पोहचवण्यासाठी स्ट्रेचरचा वापर होतो.

सर्वसाधारणपणे स्ट्रेचर २३६ सें. मी. लांब, ५६ सें. मी. रुंद, १६० सें. मी. लांब कॅनव्हास आणि १५ सें.मी. लांब हॅन्डल्स, त्याची जमिनीपासूनची एकूण उंची १५ सें.मी. असते. जेव्हा स्ट्रेचर उघडे असते तेव्हा त्याची रुंदी कॅनव्हासच्या दोन्ही टोकांकडे जोडलेल्या चपट्या लोखंडी दांड्यांनी कायम ठेवली जाते. स्ट्रेचरचे वजन सुमारे १४ किलोग्रॅम असते. स्ट्रेचरच्याखाली लावलेल्या 'यू' आकारांमुळे आणि स्टीलच्या पट्ट्यांमुळे ते जमिनीपासून वर उचललेल्या स्थितीत राहाते व त्याच्यामुळे रुग्णवाहिकेतील चॅनेलमध्ये पटकन ढकलले जाते.

स्ट्रेचर बंद करताना

स्ट्रेचर सामान्यत: बंद स्थितीत ठेवले जाते व बंद स्थितीतच त्याची वाहतूक केली जाते. स्ट्रेचर बंद करताना ट्रॅव्हलेस बंद केले पाहिजे त्यामुळे त्याचे दोन्ही पोल जवळ येतील. कॅनव्हास बेहची नीटपणे घडी होते व स्लिग्ज प्रत्येक पोल्सकडे राहतात जेणेकरून त्याची बकल्स स्ट्रेचरच्या विरुद्ध बाजूला येतील. ट्रॅव्हर्स स्ट्रॅप्सनी कॅनव्हासला गुंडाळले जाते व घट्ट बांधले जातात. त्यामुळे स्ट्रेचर घट्ट बंद होतो.

स्ट्रेचर वापरण्यासाठी कारणे

सामान्यत: स्ट्रेचरचे वहन बंद स्थितीतच केले जाते. स्ट्रेचर तयार करताना दोन मदतनिसांद्वारे तयार केले जाते.

उघडपणे– स्ट्रप्सचे बकल उघडले जाते. स्लिग्ज काढल्या जाऊन जमिनीवर ठेवले जाते. पोल्स वेगळे केले जातात. ट्रॅव्हसेस लॉक होईपर्यंत सरळ केले जाते.

तपासणी – कामचलाऊ स्ट्रेचर्ससहित सर्व प्रकारची स्ट्रेचर्स ही प्रथम रुग्णापासून दूर नीट तपासली पाहिजेत. एखादे स्ट्रेचर रुग्णाचे वजन पेलू शकेल की

नाही हे बघण्यासाठी प्रथम त्यावर एका व्यक्तीला झोपवून बघावे मग स्ट्रेचरचे एक टोक उचलून बघावे. वापरलेल्या कॅनव्हासमध्ये काही दोष आहेत का ते बघायला त्यावर गुडघा किंवा पाय ठेवून वजन देऊन बघावे.

ब्लॅंकेटींग – रुग्णांना गुंडाळण्यासाठी दोन किंवा शक्य असल्यास तीन ब्लॅंकेट्सची जरुरी असते.

एक ब्लॅंकेट पद्धती – ब्लॅंकेट स्ट्रेचरवर समोरासमोरील कोपऱ्यांकडून पसरले जाते आणि वरचे व खालचे कोपरे दुमडून वर ठेवले जातात.

डबल ब्लॅंकेट पद्धती – अगोदर ब्लॅंकेट स्ट्रेचरच्या लांबीच्या बाजूने पसरले जाते जिथे त्याची वरची बाजू डोक्याच्या बाजूकडील हॅंडल्सना अर्धी झाकून टाकते. जर संपूर्ण ब्लॅंकेट उलगडून टाकले तर ते मध्य स्ट्रेचरच्या एका बाजूला सरकवा. म्हणजे नंतर आत खोचायला सोयीस्कर पडेल. दुसरे ब्लॅंकेट लांबीच्या दिशेने तीन घड्या करून अशा रीतीने ठेवले जाते की त्याची वरची बाजू पहिल्या ब्लॅंकेटपेक्षा १५ इंचांनी खाली येईल. त्याचे खालचे कोपरे जवळ जवळ २ फूटापर्यंत खालच्या टोकाकडे उघडले जातात.

स्ट्रेचर लोडिंग करताना

रुग्ण ज्या पद्धतीने स्ट्रेचरवर ठेवता जातो तिला स्ट्रेचर लोडिंग असे म्हणतात. ही प्रामुख्याने चार साहाय्यकांकडून अमलात आणली जाते. जे एक गट म्हणून काम करतात व स्ट्रेचर दल म्हणून ओळखले जातात.

स्ट्रेचर वाहकांना सोयीसाठी व खुणेसाठी १,२,३ आणि चार असे क्रमांक दिले गेले आहेत. जेव्हा प्रत्यक्ष काम सुरू होते. तेव्हा क्र.१ हा कप्तान म्हणून कार्य करतो आणि सर्व जरुरी सूचना देतो. परंतु गरज पडली तर ते काम करायला गटातील प्रत्येक जण तयार असला पाहिजे.

ब्लॅंकेट लिफ्ट

यामध्ये निवडलेली माणसे ही जवळ जवळ एकाच उंचीची असावीत. जर नसतील तर त्यातल्या त्यात क्र. २ व ४ उंच आणि जास्त ताकतीचे असावेत कारण स्ट्रेचर उचलण्याचे काम प्रामुख्याने ह्यांनाच करायचे असते.

ब्लँकेट लिफ्ट – यासाठी करायची सर्वोत्कृष्ट पद्धती म्हणजे रुग्णाखाली ब्लँकेट किंवा रग ठेवणे ही. प्रथम रुग्णाशेजारी जमीनीवर ब्लँकेट किंवा रग ठेवा व अर्ध्या रुंदीपर्यंत लांबीकडून गुंडाळा.

साहाय्यक – क्र. २,३,४ रुग्णाला त्याच्या दुखापत न झालेल्या बाजूकडे हळुवारपणे वळवतात. तोपर्यंत क्र. १ ब्लँकेटचा गुंडाळलेला भाग रुग्णाच्या पाठीजवळ खाली घालतो. इतर साहाय्यक हळुवारपणे रुग्णाला दुसऱ्या बाजूला असा वळवतात की तो ब्लँकेटच्या दुसऱ्या बाजूला येईल मग गुंडाळलेले ब्लँकेट हळूहळू उघडले जाते व रुग्णाला हळूहळू त्याच्या पाठीवर वळवले जाते. आता तो पूर्ण उघडलेल्या ब्लँकेटच्या मध्यभागी असेल ब्लँकेटच्या कडा आता आतमध्ये अशा घट्ट वळवल्या जातात की रुग्णाच्या शरीराला चिकटतील. आता दोन्ही बाजूंना दोन-दोन उभे राहिलेले साहाय्यक ब्लँकेटच्या गुंडाळणीला घट्ट पकडून रुग्णाला पुरेशा उंचीपर्यंत उचलतात मग पाचवा साहाय्यक स्ट्रेचर रुग्णाखाली घालतो.

मॅन्युअल लिफ्ट ४ वाहक पद्धती टप्पा १ तयारी –

चार वाहक पद्धत : तयारी

तीन वाहक, क्र. २,३,४ रुग्णाच्या एका बाजूला येतात. व क्र. १ विरुद्ध बाजूला जातो. सर्व वाहक पुढील प्रमाणे खाली गुडघे टेकतात. रुग्णाच्या डाव्या हाताला क्र. २ पायांकडे क्र ३ कंबरेकडे व क्र. ४ खांद्याकडे त्याच्या उजव्या हाताला क्र. १ कंबरेकडे क्र. ३ च्या विरुद्ध दिशेला मग वाहक पुढील कृती करतात.

अ) क्र. २ त्याचे हात रुग्णाच्या पायाखाली घालतो.

ब) क्र. ३ रुग्णाच्या कंबरे खाली हात घालून क्र. १ शी हुकग्रीप वापरुन हातमिळवणी करतो.

क) क्र. ४ रुग्णाच्या पाठीखालून त्याच्या उजवा हात घालतो. आणि त्याच्या डोके व मान व खांद्याला आधार देतो. डावा हात रुग्णाच्या छातीवरून ठेवून त्या हाताने रुग्णाच्या उजव्या हाताला आधार देतो.

टप्पा २ उचलणे – जेव्हा क्र. १ 'अप' अशी सूचना देतो तेव्हा सर्व

वाहक हळुवारपणे रुग्णाला जमिनीवरून उचलतात व क्र. २,३,४ च्या मांड्यांवर ठेवतात.

रुग्णाच्या शरीराचा एखादा भाग जखमी झाला असेल तर त्याला उचलताना त्या भागाला आधार द्यायची काळजी घेतली पाहिजे. रुग्णाला एकदा नीट मांड्यावर ठेवले की क्र. १ तिथून उठून स्ट्रेचर आणतो व ते थेट रुग्णाच्या खाली ठेवतो. मग तो परत क्र. ३ बरोबर हात मिळवणी करतो. आता रुग्ण खाली ठेवण्यासाठी तयार झाला.

चार वाहक पद्धत : उचलणे

चार वाहक पद्धत : खाली ठेवणे

टप्पा ३ खाली ठेवणे –

१. जेव्हा 'डाऊन' अशी सूचना दिली जाते तेव्हा रुग्णाला हळुवारपणे स्ट्रेचरवर ठेवले जाते आणि वाहक बाजूला होतात.

२. रुग्णाला झालेल्या जखमांचे आता नीट परीक्षण केले जाते.

टप्पा ४ गुंडाळणे –

स्ट्रेचरवर ठेवलेल्या रुग्णाला ब्लॅंकेटमध्ये खालील प्रमाणे गुंडाळले जाते. दुसऱ्या ब्लॅंकेटची मधली घडी रुग्णाच्या पायावर आणली जाते. बाकीची घडी पायावर गुंडाळून त्या खाली घुसवतात. पहिल्या ब्लॅंकेटचे वरचे टोक खाली दुमडलेले असते. जेणेकरून रुग्णाचा चेहरा उघडा राहील आणि बाकीचे ब्लॅंकेट रुग्णाच्या शरीरावर व्यवस्थित लावले जाते.

टप्पा ५ रुग्णाला स्ट्रेचरवर ठेवणे –

साधारणत: रुग्णाला स्ट्रेचरवर पालथे ठेवले जाते. परंतु ही पोझिशन काही प्रकारच्या जखमामध्ये बदलली जाते. उदा.

डोक्याला मार : जखमेच्या स्वरूपानुसार रुग्णाचे डोके वर किंवा खाली उचलले किंवा ठेवले जाते. जखमी भागाला कोणत्याही स्वरूपाची दुखापत होऊ नये यासाठी काळजी घेणे अत्यावश्यक आहे.

जबड्याचे फ्रॅक्चर : रुग्णाला उघडे झोपवले जाते.

छातीला मार : इथे रुग्णाचे डोके व खांदे थोडे वर उचलले जातात व रुग्णाच्या गुडघ्याखाली उशी ठेवली जाते. जेणेकरून पोटाच्या स्नायुंवरील ताण कमी होतो. डोके व खांदे थोडे वर उचलले जाते.

३. वाहक पद्धती

१. स्ट्रेचर रुग्णाच्या शरीराला समांतर ठेवले जाते.

२. वाहक क्र. २ व ३ एकमेकांकडे तोंड करून व पेशंटला मध्ये ठेवून एका गुडघ्यावर बसतात व रुग्णाच्या खांद्याखाली, मांड्याखाली हुक-ग्रीप वापरून वाहक एकमेकांचे हात पकडतात. दोन्ही वाहक एकाच वेळेस उठताना रुग्णाच्या डोके व जखमी भागाची काळजी घेतात. वाहक क्र. १ हा क्र. २ च्या बाजूला जाऊन बसतो व त्याचे हात रुग्णाच्या पायाखाली ठेवतो.

रुग्णाचे डोके आणि जखमी भागाची काळजी घेत दोन्ही वाहक एकत्र उठतात व बाजूने हळूहळू सरकत रुग्णाला स्ट्रेचरवर आणून हळुवारपणे खाली ठेवले जाते.

आपत्कालीन स्ट्रेचर –

आपत्तीच्या काळात घाईगडबडीच्या वेळी नेहमीचे स्ट्रेचर उपलब्ध होईलच असे नाही, अशा वेळेस ज्या वस्तूचा उपयोग करता येईल. अशी कोणतीही गोष्ट वापरता येईल.

उदा – बांबू दरवाजे, बीड, कोट, टाय, ब्लँकेट, रग इ. वस्तूचा वापर करून स्ट्रेचर बनवले जाते.

❐

आपत्ती पश्चात तणाव व्यवस्थापन

आपत्ती व्यवस्थापनात मानसशास्त्र व मानसिकआरोग्य विषयक समस्यांना प्रत्येक वेळीच दुय्यम स्थान दिले आहे. याचे कारण आपल्यापैकी बऱ्याच जणांची हीच समजूत असते की मानसिक आरोग्य हा ज्याचा त्यानेच किंवा जास्तीत जास्त त्यांच्या कुटुंबाने किंवा जवळपासच्या नातेवाईकांनी हाताळायचा विषय आहे. इथे हेही नमूद करावेसे वाटते की जागतिक आरोग्य संघटनेने दिलेल्या यादीत नाममात्र उल्लेख होतो. आपत्तीच्याकाळात ज्या मानसिक समस्यांना लोकांना तोंड द्यावे लागते याचा कुठेही वेगळा उल्लेख नाही. हे जागतिक आरोग्य संघटनेचे अपयशच म्हणावे लागेल. नव्याने येणाऱ्या शास्त्रज्ञांमध्ये या अंगाचा जरा गंभीरपणे विचार होत आहे.

आपत्तीचे नैसर्गिक व मनुष्यनिर्मित अशा दोन गटांत विभाजन होते. आपत्ती हा असा प्रसंग आहे की ज्यात तुमच्या सर्वस्वाचा नाश होऊ शकतो. आपला देश भौगोलिक दृष्ट्या आकाराने खूपच मोठा असल्याने आपल्याला अनेकदा नैसर्गिक आपत्तींना तोंड द्यावे लागले. या आपत्तीमध्ये असे आढळून आले आहे की, पूर, भूकंप, चक्रीवादळ इ. नैसर्गिक आपत्तीत सापडलेल्या लोकांच्या वागण्यावर या आपत्तींचा परिणाम- हा मनुष्य निर्मित आपत्ती - म्हणजे रासायनिक वायुगळती, आण्विक स्फोट इत्यादींच्या मानाने कमी असतो. दोन्ही प्रकारच्या आपत्तींमध्ये मनुष्य व जीवित हानी, आर्थिक नुकसान बऱ्याच प्रमाणात झालेले असते. नैसर्गिक आपत्तीबाबत ही तर ईश्वरी इच्छा होती, यात आपल्या हातात काहीच नाही किंवा आपण निसर्गाच्या पुढे उभे राहू शकत नाही अशी पळवाट काढली जाते. मनुष्यनिर्मित आपत्ती मनुष्य एवढ्या सहजपणे स्वीकारण्यास तयार होत नाही व पर्यायाने तेथे क्रोधाचा भाग अधिक निर्माण होतो; म्हणूनच नैसर्गिक आपत्तीमध्ये जरी जास्त विनाश झाला तरी तेथे मानसिक समस्या कमी उद्‌भवतात. भारतामध्ये भोपाळ वायुगळती दुर्घटनेनंतर आपत्ती व्यवस्थापनात मानसोपचाराच्या आवश्यतेबाबत

जागरूकता निर्माण झाली.

सर्वसाधारणपणे गेल्या दशकापासून आपत्तीग्रस्तांच्या मानसिक समस्यांचा विचार होऊ लागला. भोपाळ गॅस दुर्घटनेनंतर मानसोपचार तज्ज्ञांचा विचार आपत्ती

व्यवस्थापन गटात होऊ लागला. या आधी मानसोपचारतज्ज्ञांना आपत्ती स्थळावर नेत नसत. विनाकारण पैसा व वेळ वाया जाऊ नये म्हणून त्यांचा विचारही होत नसे.

भोपाळ गॅस दुर्घटनेत अनेक लोकांच्या मनात या दुर्घटनेबाबत तीव्र संतापाची भावना होती. जी इतर नैसर्गिक आपत्तींच्या मानाने अधिक होती आणि मनुष्यनिर्मित आपत्तीग्रस्तांची ही संतापाची भावना ही बऱ्याचदा आपत्तींच्या काळात काम करणाऱ्या स्वयंसेवकांवरच बाहेर निघते. याचे कारण प्रशासनाचे प्रतिनिधी म्हणूनच अशा अशासकीय संघटनांकडे पाहिले जाते.

आपत्तीमुळे घडणारी हानी

नैसर्गिक व मनुष्यनिर्मित आपत्तीच्या विध्वंसक परिणामांमुळे ती दुःखद परिस्थिती निर्माण करते, ती तीन प्रकारे. शारीरिक, मानसिक किंवा सामाजिक, आार्थिक असे कोणतेही पक्के वर्गीकरण या बाबतीत देता येत नाही, कारण मानसिक समस्या या प्रत्येक आपत्तीग्रस्ताला घेरणारच, मग तो त्याचे दुःख दाखवो किंवा न दाखवो. जरी शारीरिक इजा झाली नसेल, तरी त्याला बेघर होण्यामुळे मानसिक त्रास हा होणारच.

मानवाच्या शारीरिक इजेमध्ये पुढील प्रकार येतील.

१. अस्थिभंग

२. भाजणे

३. दुखापती

४. संसर्ग

मानवाच्या मानसिक इजेमध्ये पुढील प्रकार येतील.

१. जवळचे कुटुंबीय गेल्याचे दुःख

२. काळजी

३. निराशा

४. अंमली पदार्थांचे सेवन

५. मद्यसेवन

६. तणावाची प्रतिक्रिया

सामाजिक –आर्थिक इजेमध्ये पुढील प्रकार येतील.

१. बेरोजगारी

२. बेघर होणे

३. पर्यावरणाचा नाश

४. विस्कळीत /अनिमंत्रित पुनर्निमाण

मानसिक प्रतिक्रिया

आपत्तीग्रस्त भागात गेल्यानंतर दोन प्रकारच्या प्रतिक्रिया बघायला मिळतात. काही लोक आपत्तीमुळे बदललेल्या परिस्थितीशी जुळवून घेऊ शकत नाहीत. त्यावेळी प्रत्येकाची प्रतिक्रिया ओळखणे व त्यामधील फरक समजावून घेणे महत्त्वाचे ठरते.

१. चटकन जुळवून घेणे – यामध्ये समस्यांचे निराकरण करणे, उपयुक्त माहिती गोळा करणे व परिस्थितीशी सामना करणे इत्यादीचा समावेश होतो.

२. चटकन जुळवून न घेणे – यामध्ये उपचार होतील व प्रतिबंध करता येईल अशा परिस्थितीचा समावेश होतो. यामध्ये नकार, अपरिणामकारक कृती, स्वत:वर काही परिणाम झाला नसल्याचा दावा व तशी समजूत इत्यादी प्रतिक्रियांचा समावेश होतो.

पहिल्या प्रकारचे लोक आपल्या सभोवताली काय घडत आहे त्याची माहिती काढण्याचा प्रयत्न करतील व या परिस्थितीतून बाहेर कसे निघता येईल याबद्दल जागरूक असतील. हे लोक येणाऱ्या संकटांना नेहमी तोंड देत आलेले असतात. त्यामुळे संकटांना, समस्यांना कशा प्रकारे हाताळायचे याचे पूर्ण ज्ञान त्यांना अवगत असते.

दुसऱ्या प्रकारच्या, म्हणजे चटकन जुळवून न घेता येणाऱ्या व्यक्तीत नाकबुली व परिणामशून्य कृतीचे प्रमाण जास्त असते. भूज भूकंपाच्या वेळी तेथील लोकांनी तेथील परिस्थिती चांगली हाताळली असे तेथील लोक म्हणत होते. आम्ही ही समस्या चांगल्या प्रकारे हाताळू, आम्ही हे करू, ते करू– असे ते म्हणत होते. प्रथमदर्शनी ते मानसिकदृष्ट्या सबळ वाटत होते. पण वस्तुत: ते एका टप्प्यातून जात होते, ज्याला मानसशास्त्रात नाकबुली असे म्हणतात. वर्तमान परिस्थिती स्वीकारण्यास असे लोक तयार नसतात. ही परिस्थिती परिणामशून्य प्रकारे हाताळली जाते. त्यामुळे हातून कसलीच कृती होत नाही व कामात प्रगती होत नाही.

❑

ट्राएज

अपघातस्थळी पोहोचणारी पहिली व्यक्ती तुम्ही आहात, तिथे अनेक व्यक्ती जखमी अवस्थेत आहेत व सर्वत्र एकच गोंधळ माजलेला आहे. वेगवेगळ्या स्तरांवर कित्येक जखमी व्यक्ती, प्रत्येकाला काहीना काही जखम, इजा आहेत. अशा वेळी सुरुवात कुठून करायची? रडणारे मूल, गर्भवती स्त्री की जखमी वृद्ध? अशा वेळेला आपले मन गोंधळून जाते- एवढ्या जखमींना तुम्ही एक तर विशेष वैद्यकीय तज्ज्ञ असणे आवश्यक आहे किंवा तुम्हाला लक्षात आले पाहिजे की, आधी इलाज कोणाचा व्हावा? अशावेळेस तुम्हाला जरूर असते एका अशा पद्धतीची जी शिकायला सोपी, आठवायला सोपी व वापरण्यास पण सोपी असावी. अशा पद्धतीला 'ट्राएज' म्हणतात.

व्याख्या – अमेरिकन हेरिटेज डिक्शनरी, १९३३ प्रमाणे 'ट्राएज' ही जखमी व्यक्तीचे निरनिराळ्या गटात वर्गीकरण करण्याची पद्धत आहे. जी जखमींना मिळालेल्या तत्कालीन वैद्यकीय उपचारांमुळे त्याला मिळालेल्या फायद्यांवर आधारित आहे.

ट्राएज हे युद्धक्षेत्रावर, अपघातस्थळी व हॉस्पिटलच्या तत्कालिक सेवेचा विभाग-जेथे मर्यादित वैद्यकीय सेवा देणे शक्य आहे-अशा ठिकाणी उपयोगात आणले जाते.

ट्राएज (फ्रेंच) – ट्रायर-वर्गीकरण करणे

ट्राएज ही अपघात स्थळी खूप महत्त्वाची गोष्ट आहे. अनेक अतिशय वाईटरीत्या जखमी झालेल्यांना ओळखता येते ते ट्राएजमुळेच. अर्थात एवढ्या मोठ्या प्रमाणावर वापरले जाणारे हे १०० टक्के बरोबरच असेल असे नव्हे. पण चांगल्या परिणामांच्या दृष्टीने, कधी कधी तर मृत्यू टाळण्याच्या दृष्टीने सुद्धा याचा उपयोग होतो.

ट्राएज हे बऱ्याच गोष्टींवर अवलंबून असते. जसे की, रुग्णांची चालण्याची क्षमता, मानसिक स्थिती व रक्तवाहिन्यांमधील रक्तप्रवाह असणे-नसणे इ.

सामान्यत: ट्राएजप्रमाणे वर्गीकरण खालील पद्धतीने होते –

अ) अतिगंभीर तातडीचा –इमर्जन्ट गट-लालरंग

ब) गंभीर –अर्जन्ट गट –पिवळा रंग

क) साधारण –नॉन अर्जन्ट गट-हिरवा रंग

अ. इमर्जन्ट गट –

– वैद्यकीय सेवेची तातडीने गरज

– वेळ घालवल्यास रुग्णासाठी धोकादायक.

– हानी तीव्र आणि जीवघेणी

खालील स्थितींना मुख्यत: प्राधान्य दिले जाते –

१. श्वसनमार्गात अडथळा /श्वसनाचा त्रास

२. हृदय बंद पडणे.

३. मणक्याच्या मानेच्या भागाला इजा.

४. छातीत कळा येणे, श्वासावरोध अथवा हातपाय निळे पडणे (सायनोसिस).

५. आकडी येणे.

६. आटोक्यात न येणारा रक्तस्राव

७. डोक्याला अतिशय तीव्र इजा किंवा बेशुद्ध अवस्था.

८. छातीवर मानेवर उघड्या जखमा.

९. अतिशय तीव्र ताप (१०५ च्या वर)

वरील सर्व प्रकारच्या रुग्णांना विनाविलंब तातडीने वैद्यकीय सेवा न मिळाल्यास अशावेळी जीव जाण्याची भीती असते. हे जखमी साधारणत: स्तब्ध, पूर्ण अथवा अर्धवट बेशुद्ध अशा स्थितीत आढळतात. त्यांच्यात मदतीसाठी ओरडण्याची सुद्धा क्षमता नसते.

ब. अर्जंट गट –

१. भाजलेल्या जखमा

२. मोठ्या प्रमाणात फ्रॅक्चर्स

३. शुद्धीत मंदपणा

४. पृष्ठमज्जारज्जूला हानीसहित पाठीला इजा

५. सतत वांत्या वा अतिसार

६. अतिशय तीव्र असे दुखणे.

७. तीव्र ताप (१०२-१०५पर्यंत)

८. स्पष्ट वा संशयात्यक विषबाधा

ह्या गटातील लोक २० मिनिटे ते २ तास वैद्यकीय मदतीसाठी थांबू शकतात.

क. नॉन अर्जन्ट गट –

१. दीर्घकालीन कंबरदुखी.

२. मध्यम डोकेदुखी.

३. लहानसे फ्रॅक्चर्स वा इतर लहान इजा.

४. मृतावस्थेत आढळलेले

ह्या गटातील व्यक्ती दिवसभर देखील वैद्यकीय उपचारासाठी थांबू शकतात नेहमी बघण्यात येणाऱ्या स्थितींसाठी ट्राएजची यादी :

अ.नं.	लक्षणे/सूचकचिन्हे गट	वर्गीकरण		
		इमर्जन्ट	अर्जन्ट	नॉन अर्जन्ट
१	नेहमीपेक्षा भिन्न योनीमार्गातून रक्तस्राव	✓	✓	✓
२	अॅक्युट सायकॉसीस	✓	✓	–
३	अॅक्युट रीनल फेल्युअर	✓	✓	–
४	मानसिक असंतुलन	✓	✓	–
५	अॅन्युरिया	✓	✓	–
६	अॅन्क्झामटी	✓	✓	–
७	कंबरदुखी	✓	✓	–
८	खाण्याच्या पदार्थातून बाधा (फूड पॉयझनिंग)	✓	✓	–
९	जैविक शस्त्रामुळे हानी	✓	✓	–
१०	स्फोटामुळे हानी	✓	✓	–
११	डोळे व डोळ्यांभोवती भाजण्याच्या जखमा	–		
१२	रासायनिक भाजण्याच्या जखमा	✓	✓	–
१३	रासायनिक शस्त्रहानी	✓	✓	–
१४	छातीत दुखणे	✓	✓	–

१५ कोमा (बेशुद्धी)	✓	✓	–
१६ खोकला	✓	✓	–
१७ सायनॉसिस (हात,पाय,जीभ निळे पडणे)	✓	✓	–
१८ डिहायड्रेशन	✓	✓	–
१९ डायबेटीस	✓	✓	–
२० अतिसार	✓	✓	–
२१ डिप्लोपिया (डोळ्यांना एकाच वस्तूच्या दोन प्रतिमा दिसणे)	✓	✓	–
२२ गिळण्यास त्रास	✓	✓	–
२३ विद्युत भाजणे	✓	✓	–
२४ विद्युत झटका	✓	✓	–
२५ नाकावाटे रक्तस्राव	✓	✓	–
२६ डोळ्यांत दुखणे	✓	✓	–
२७ ताप	✓	✓	–
२८ डोळ्यात, नाकात, कानात	✓	✓	–
२९ हातापायाचे फ्रॅक्चर	–	✓	✓
३० मणक्याचे फ्रॅक्चर	✓	✓	✓
३१ गॅस गँगरीन	✓	✓	–
३२ डोक्याला मार	✓	✓	✓
३३ डोके दुखणे	✓	✓	✓
३४ उष्माघात	✓	–	–
३५ रक्ताची वांती	✓	✓	–
३६ लघवीमध्ये रक्त	–	✓	✓
३७ थुंकीमध्ये रक्त	✓	✓	–
३८ सांध्यांना मार	–	✓	✓
३९ जंतूदंश	–	✓	✓
४० सांधेदुखी किंवा सूज	–	✓	✓
४१ दृष्टी जाणे	✓	✓	–
४२ जलचरांकडून दंश	✓	✓	✓
४३ गुंतागुंतीच्या जखमा किंवा दुखापत	✓	✓	–

४४ छातीत धडधडणे	✓	✓	✓
४५ पक्षघात (पॅरॅलिसीस)	✓	✓	–
४६ ओटीपोटात दुखणे	–	✓	✓
४७ अकाली प्रसूतीवेदना	–	✓	✓
४८ गुद्द्वारातून रक्त येणे	✓	✓	✓
४९ त्वचेच्या जखमा	–	✓	✓
५० सर्पदंश	✓	✓	✓

❏

आपत्ती व्यवस्थापनात शैक्षणिक संस्थाचा सहभाग

एखादी दुर्घटना घडल्यानंतर, आपत्तीनंतर किंवा आपत्ती प्रसंगी अनेक शासकीय, निमशासकीय, पोलीस, मिलिटरी, अशासकीय, हेल्थ तसेच अनेक खाजगीसंस्था काम करताना आढळून येतात. यामध्ये शैक्षणिक संस्था सुद्धा काम करतात. परंतु, प्रशिक्षित तरुण नसल्याने कामात अनेक वेळा अडथळे निर्माण होतात. कामाची सुरुवात कुठून करायची?कशी करायची? काय काम करायचे? या सगळ्याचाच संभ्रम निर्माण होतो आणि यातूनच गोंधळाची परिस्थिती निर्माण होते. प्रत्येक विद्यार्थ्याला आपल्याला ज्ञात असणाऱ्या आपत्तींची, आसपास झालेल्या आपत्तींच्या इतिहासाची, भौगोलिक परिस्थितीची व आपत्कालीन परिस्थितीमध्ये घ्यावयाच्या काळजीची जाणीव करून देण्यात आली पाहिजे.

प्रत्येक शाळा, महाविद्यालये, संस्था यांचा आपत्ती व्यवस्थापनाचा आराखडा तयार असला पाहिजे. प्रत्येक छोट्या मोठ्या आपत्तींचा विचार जर झाला तर आपत्तीनंतर आपणास कमीतकमी हानी व इजा पोहोचेल.

यासाठी गरज आहे ती प्रशिक्षक आणि वारंवार घेतल्या जाणाऱ्या शास्त्रोक्त कवायतींची. या कवायतींमधून प्रत्यक्ष कृती कार्यक्रम करणे गरजेचे आहे. शाळा व महाविद्यालयीन पातळीवर प्रत्येकी किमान एक हरहुन्नरी शिक्षक, प्राध्यापकास यशदा विद्यापीठ अशा ठिकाणी प्रशिक्षण दिल्यास प्रत्यक्ष आपत्ती प्रसंगी नक्की काय करायचे याचे मार्गदर्शन मिळेल. त्याचप्रमाणे आपत्ती प्रसंगी गोंधळ न होता सुरळीत काम होऊ शकेल. लातूर, गुजरात, जबलपूर, तमिळनाडू या भूकंप व त्सुनामीच्या वेळी महाविद्यालयीन युवकांनी अतिशय मोलाची कामगिरी केलेली आपणास माहीत आहेच. मुंबई पूर, पुण्यातील पुराच्या नंतर प्लॅस्टिक निर्मूलन किंवा आपत्तीग्रस्तांना अन्नाचे वाटप यासारख्या अनेक गोष्टी या युवकांनी केल्या आहेत. मांढरदेवी

दुर्घटनेनंतर किंवा पालघर, अकोला या पुराप्रसंगी, मिठीनदीच्या महापुरानंतर अनेक तरुणांनी जिवाची बाजी लावून काम केलेले आपण पाहिले आहे.

प्रत्येक शाळा, महाविद्यालयांमधून आपत्तीपासूनच्या संरक्षणासाठी सतर्कता, सावधानता बाळगण्याचे प्रशिक्षण द्यावयास हवे. असे झाले तर, संकटांना आपल्याला सामोरे जाता येईल. विद्यार्थ्यांमध्ये संकटांना जाणून घेण्याची वृत्ती असते. या वृत्तीला प्रोत्साहन देऊन त्यांची जाणीव वाढीस नेली तर चांगला फायदा होईल. संस्थाचालकांपासून विद्यार्थ्यांपर्यंत प्रत्येकाने नियमित कवामतींमधून सहभाग घेणे महत्त्वाचे आहे.

नुसता आराखडा नव्हे तर कृती योजना महत्त्वाची असते. आपत्ती व्यवस्थापनाचा आवाका प्रचंड आहे. आपत्तीनंतर होणारी हानी टाळण्यासाठी स्थानिक लोक, शासकीय यंत्रणा यांच्या माध्यमातून योजना तयार करता येईल. या प्रयत्नांमध्ये विद्यार्थ्यांकडून लोकशिक्षण, जनजागृती करता येईल. यासाठी रॅली, संवादाची विविध माध्यमे, पथनाट्य, पोस्टर इत्यादी गोष्टी वापरता येतील. आपत्ती व्यवस्थापनात सर्वांत महत्त्वाची गोष्ट असते ती म्हणजे स्थानिक लोकांची मानसिकता तयार करून, दुःख विसरून, त्यांना कामाला लावणे.

बऱ्याचदा स्थानिक नागरिक व उच्चशिक्षित लोक तसेच आपत्ती बघायला येणारे लोक हे उदासीन आणि बेफिकीर असतात व मदत न करता केवळ गर्दी करतात. त्याचा जास्त ताण प्रशासनावर येतो. नागरिक, स्थानिक व राज्यशासन, समाजसेवी संस्था, विद्यार्थी व सहकारी संस्था यांच्या एकत्रित प्रयत्नांचा योग्य तो परिणाम होऊन, आपत्तीच्या वेळी होणाऱ्या जखमी व मृतांच्या संख्येत तसेच मालमत्तेच्या नुकसानीत घट होऊ शकते आणि म्हणूनच समाजाच्या जागृतीवर भर देण्यासाठी अगदी लहान मुलांपासून मोठ्यांपर्यंत या सर्व गोष्टींची जाणीव करून देता येईल.

❏

आपत्ती व्यवस्थापनात प्रसिद्धी माध्यमांची भूमिका

समाजजीवनाला निर्णायक, विधायक, दिशा देण्याचे काम प्रसिद्धी माध्यमांवर आहे. माध्यमाचे समाज घडविण्याचे योगदान खूप मोठे आहे. स्वातंत्र्याच्या चळवळीला निर्णायक दिशा मराठी वृत्तपत्रांनी दिली. आजही सामाजिक चळवळी जनहितासाठी काही माध्यमे चालवितात. आपत्ती व्यवस्थापन अशीच एक चळवळ आहे. या चळवळीला सातत्य लाभणे काळाची गरज आहे. समाजात महत्त्वपूर्ण घटनांचे बोधक विश्लेषण प्रसिद्धी माध्यमे सातत्याने करत असतात. आपत्तीच्या घटना त्याला अपवाद नाहीत. कुठल्याही आपत्तीच्या अगोदर आणि नंतर प्रसिद्धी माध्यमांची भूमिका महत्त्वाची ठरते. आपत्ती ज्या ठिकाणी आहे त्या ठिकाणी ओघ येत असतो. ही मदत अधिकाधिक मिळावी आणि परिस्थिती आटोक्यात यावी म्हणून माध्यमांची या प्रसंगी भूमिका अतिशय जबाबदारीची आहे. सर्व प्रकारच्या प्रसिद्धी माध्यमांनी आपत्तीचे वार्तांकन करताना सामूहिक भान आणि व्यापक जनहित लक्षात घेणे आवश्यक आहे.

भारताचे माजी राष्ट्रपती डॉ. अब्दुल कलाम यांनी सांगितलेला एक महत्त्वाचा प्रसंग नमूद करावासा वाटतो. इस्राईलला ते गेले असताना तेथील वर्तमानपत्रात आलेल्या बातमीकडे त्यांचे लक्ष वेधले गेले. ते म्हणतात, अगोदरच्या दिवशी झालेल्या बॉम्बस्फोटाची माहिती अतिशय छोटीशी, एका कोपऱ्यात; मात्र इस्राईलमधील एका शेतकऱ्याने केलेल्या शेतीतील नावीन्यपूर्ण प्रयोगाला मात्र पहिल्या पानावर स्थान दिलेले. असे आपल्याकडे घडले तर खऱ्या अर्थाने संशोधनाला चालना मिळेल. आपल्याकडे गळ्यातील साखळी हिसकावलेली बातमी पहिल्या पानावर असते. परंतु एखाद्या शास्त्रज्ञाने केलेल्या उत्कृष्ट संशोधनाला कुठेही जागा नसते. आजच्या युगात पत्रकारिता एक महत्त्वाचा व्यवसाय आहे. प्रसिद्धी माध्यमांचा जनमतावर प्रभाव असतो.

आपत्ती नंतर काय घडते, तर वर्तमानपत्रांमधून अतिशय विदारक, भावनाशील चित्र उभे केले जाते. लहान मूल मृत आईच्या कुशीत झोपलेय किंवा दूध पिण्याचा प्रयत्न करतेय असा फोटो घेऊन ते छापायचे आणि मग वर्तमानपत्र खपवायचे किंवा प्रेताचा पडलेला खच, एकाचा हात तुटलाय, पाय तुटलाय इत्यादी अतिशय घृणास्पद, भीषण चीड आणणारे चित्रण उभे केले जाते हे फक्त आशियाई देशांमधून घडताना दिसते. ११ सप्टेंबरच्या विमान दुर्घटनेनंतर आजूबाजूच्या परिसरात सामान्य माणूस

किंवा पत्रकार, छायाचित्रकारांना बंदी घातली गेली आणि म्हणूनच सुरुवातीस विमान येऊन इमारतीवर आपटले एवढेच चित्र बाहेरच्या जगाला कळाले. आपण मात्र रोज काहीतरी उकरून त्याची प्रसिद्धी करत बसतो.

याच्या उलटही घडते. आपत्ती काळात प्रसिद्धी माध्यमांनी दिलेल्या बातम्या एक प्रकारे संरक्षणच करत असतात. आगाऊ सूचना देणे, संरक्षणात्मक कामगिरी करून आपत्तीच्या परिणामांची माहिती देणे, मार्गदर्शन करणे अशी जागरूकतेची कामे प्रसिद्धीमाध्यमांकडून केली जाते.

ज्या काळामध्ये आपत्ती आलेली असते त्या काळात ज्यांच्यावर आली त्यांना विविध संघटना, व्यावसायिक यांच्याकडून मदत मिळत असते. ही मदत प्रसिद्धी यामुळेच मिळते, कारण आपत्तीचा प्रकार, त्यातील मनुष्यहानी, आणि वित्तहानी यांचे योग्य चित्र प्रसिद्धीमाध्यमे सर्वांपर्यंत पोहचवतात. मदत कधी, कोठे आणि किती? याचीही माहिती प्रसिद्धी माध्यमेच इतर साधनांपेक्षा लवकर देतात. अन्न, वस्त्र, निवारा या प्राथमिक गोष्टी पीडितांना तत्काळ मिळण्यासाठी प्रसिद्धी माध्यमे खूपच मोलाची मदत करतात. आपत्तीच्या काळात सरकारने तत्परतेने मदत करावी ही जनतेची अपेक्षा असते. आपत्तीच्या बातम्या योग्य व थोड्या-थोड्या अवधीत जबाबदारीने केल्या तर शासनासमोर आणि स्वयंसेवी संस्था जाव्यात ही जनतेची अपेक्षा प्रसिद्धी माध्यमांनी पूर्ण करावी. कधी कधी काही वृत्तपत्रे किंवा काही वृत्तचित्र वाहिन्या उतावीळपणे बातम्या लोकांना देतात आणि त्याचा आपत्तीतील पीडितांवर फार मोठ्या प्रमाणात विपरीत परिणाम होऊ शकतो. त्यामुळे प्रसिद्धी माध्यमांनी चुकीची किंवा अयोग्य बातमी देऊन अफवा पसरवू नये.

आपत्ती ओढवलेल्यांवर पत्रकारांनी ताबडतोब प्रश्न विचारू नयेत. संबंधित व उपस्थित अधिकाऱ्यांवर शक्यतो कोणीही आक्षेप घेऊ नये. त्यांच्या मदतीने उपस्थित सामान्य नागरिकांना बरोबर घेऊन या वृत्तपत्राच्या प्रतिनिधीने काम करावे. मदतीची इतर साधने उपलब्ध करण्याचा मार्ग त्यांनी शोधावा.

प्रसिद्धीमाध्यमांनी आपत्तीच्या काळात आणि इतर वेळेलाही आपल्या विवेकानुसार मार्गदर्शन करणे आवश्यक आहे व आपत्ती काळात वेळेत सावरण्यासाठी लोकोपयोगी माहिती ही सर्वात महत्त्वाची गोष्ट असते.

अशाप्रकारे माध्यमांनी जागरूकतेने आणि तत्परतेने विवेकशील कार्य करावे. आपले कार्य करत असताना कुठलाही दबाव बाळगू नये. कधी कधी कारखान्यात काही चुकीच्या यंत्रणेमुळे कामगारांवर आपत्ती येते. अशा वेळी कारखान्याचा मालक ती बातमी जास्त प्रसिद्ध होऊ नये अशी काळजी घेतो आणि प्रसिद्धी माध्यमांवर दबाब आणतो. अशा वेळी प्रसिद्धी माध्यमांनी योग्य माहिती प्रामाणिकपणे प्रसिद्ध करावी. यामध्ये लिखित स्वरूपाची व दृक-श्राव्य प्रकारची माध्यमे महत्त्वाची भूमिका बजावतात. तसेच धोकादायक परिस्थितीत समाजाला जागरूक ठेवण्याचे उपयोगी काम प्रसिद्धीमाध्यमे प्रामाणिकपणे करतात. याप्रमाणे त्यांनी भूमिका बजावल्यास निश्चितपणे समाजाला न्याय मिळेल आणि प्रसिद्धी माध्यमे ही सामान्यपणे महत्वाचे आधार बनतील.

❐

अस्वच्छता व अनारोग्य

आपले शालेय जीवन हे सुसंस्कराचे पाया रचणारे आहे. अनेक आरोग्यदायी सवयी या वयातच रुजतात. आपले घर, परिसर व शाळा स्वच्छ आणि सुंदर असावे असे प्रत्येकालाच वाटते. परंतु, आज या ठिकाणी घाणीचे साम्राज्य पसरलेले दिसते. अस्वच्छतेमुळेच बऱ्याच प्रकारचे रोग फैलावतात. स्वच्छता, मग ती वैयक्तिक असो किंवा सार्वजनिक असो, आपले जीवन समृद्ध व सुखदायी करण्यासाठी ती आवश्यक गोष्ट आहे. स्वच्छतेतून समाज समृद्धीकडे जात असतो. हे ध्यानात घेऊन 'संत गाडगेबाबा स्वच्छता अभिमान' सुरू करण्यात आले आहे.

सामान्यत: ८० टक्के रोग अस्वच्छतेमुळे होतात. अशुद्ध पाणी व दूषित अन्नामुळे हगवण, पोलिओ, कावीळ इ. सारखे प्राणघातक रोग होतात. दूषित हवा आणि रोगी माणसाच्या संपर्काने रोग पसरतात. संशोधनाअंती असे लक्षात आले आहे की, नियमित हात पाय स्वच्छ धुतले, नखे कापली तर असंख्य रोगांना आपण थांबवू शकतो. शरीर स्वच्छ ठेवले नाही तर खरूज, गजकर्ण, नायटा यासारखे त्वचेचे रोग होतात. हे रोग एका व्यक्तीकडून दुसऱ्या व्यक्तीकडे सहजतेने फैलावतात. एकमेकांचे कपडे, अंथरूण वापरणे वा स्पर्शाने हे रोग पसरतात.

वेळोवेळी केस स्वच्छ धुतले नाहीत तर केसांमध्ये कोंडा, ऊवा, लिखा होतात; खाज येते. वेळेवर दात स्वच्छ केले नाहीत तर दातांमध्ये अडकलेल्या अन्नकणांच्या कुजण्याने तोंडाला दुर्गंधी व दात किडण्याचे विकार होतात. डोळे स्वच्छ न ठेवल्यास डोळ्यांचे विकार होतात. तसेच आजारी मुलांच्या खोकल्याने व जमिनीवर थुंकल्याने हवेद्वारे सर्दी, खोकला, क्षय यांसारखे रोग फैलावतात. विष्ठेमध्ये रोग प्रसार करणारे कोट्यवधी सूक्ष्मजंतू असतात. त्यामुळे उघड्यावर शौचास बसल्याने ते रोगजंतू पाणी व अन्नामार्फत आपल्या पोटात जातात व रोगराई वाढवितात. यासाठी विद्यार्थी दशेपासून स्वच्छतेच्या चांगल्या सवयींचा अंगीकार केला पाहिजे.

*** स्वच्छतेची सूची**

१. जीवनावश्मक स्वच्छतेचे पालन – अत्यंत महत्त्वाचे व घरोघरी प्रत्येकाने आचरणात आणल्या पाहिजेत अशा बाबी.

१. शौचालयाचा वापर करणे.

२. त्यानंतर हात साबणाने किंवा राखेने धुणे.

३. नियमित नखे कापणे.

२. आरोग्य सुधारण्याची प्रक्रिया

१. घर व परिसर स्वच्छ ठेवणे.

२. स्वच्छ आंघोळ करणे.

३. परसबागेत फळाफुलांची व शोभेची झाडे लावणे.

३. वेशभूषा सजावट

नटणे, शरीर सजविणे, केस विंचरणे, स्वच्छ व सुंदर कपडे घालणे, दागदागिने घालणे, घर सजविणे, सडा-रांगोळी, कॅलेंडर, चित्रे, टीव्ही, तोरण, पंखा, फ्लॉवरपॉट इ. मांडणे.

*** स्वच्छतेचे घटक**

१. वैयक्तिक स्वच्छता

२. परिसर स्वच्छता

३. आहार स्वच्छता

४. स्वच्छ व शुद्ध पिण्याचे पाणी

अ. मानवी विष्ठेचे योग्य व्यवस्थापन.

ब. प्राण्यांच्या मलमूत्रांचे व्यवस्थापन.

क. घनकचऱ्याचे व्यवस्थापन.

ड. सांडपाण्याचे योग्य व्यवस्थापन.

*** पाणी दूषित होण्याची कारणे**

नदी-नाले, ओढे, झरे, तळे, बंधारे यांचे पाणी खालील प्रकारे दूषित होते.

नदीपात्रात आंघोळ केल्याने.

कपडे धुतल्याने.

गुरे-जनावरे धुतल्याने.

वाहन-गाडी धुतल्याने.

नदीच्या पात्रात किंवा काठावर शौचास बसल्याने.

गावातील सांडपाणी, मलमूत्र व गटारीतील पाणी नदीत सोडल्याने.

मानव, पशु-पक्षी यांचे मृतदेह टाकल्याने.

धर्मिकविधीत मूर्ती विसर्जन, पूजेचे साहित्य, फुले, निर्माल्य नदीत टाकल्याने.

कारखान्यातील टाकाऊ पदार्थ, रासायनिक द्रव्य व टाकाऊ पाणी नदीत सोडल्याने.

नदीच्या किंवा कॅनॉलच्या काठावर वस्ती किंवा जनावरांचे गोठे असल्यास पाणी दूषित होवू शकते.

भूगर्भातील पाणी अशुद्ध होण्याची कारणे

अ. कूपनलिका –

१. भोवतालच्या परिसरात ५० फुटांच्या आत खत खड्डा, शौचालय, सांडपाणी, साचलेले असल्यास.

२. हातपंपाभोवती योग्य असा सिमेंटचा ओटा नसणे.

३. हातपंपाभोवती तसेच ओट्यावर कपडे किंवा भांडी धुतल्याने.

४. कूपनलिका नाल्यात, ओढ्यात, पात्रामध्ये किंवा काठावर खोल खड्ड्यांत असल्याने.

५. कूपनलिकेचे बांधकाम सदोष असल्यास कुपनलिकेचे पाणी अशुद्ध होते.

ब. विहीर –

१. उघड्या विहिरीमध्ये पालापाचोळा पडल्यास.

२. विहिरीला कठडा नसल्यास सांडपाणी विहिरीत गेल्याने.

३. पावसाचे पाणी विहीरीत गेल्याने.

४. विहिरीत उतरून पाणी भरताना हाताची, पायाची व भांड्याची घाण पाण्यात मिसळल्याने.

५. विहिरी भोवताली कपडे, भांडी, जनावरे धुतल्याने.

६. विहिरीच्या परिसरात पन्नास फूट अंतरापर्यंत खतांचे खड्डे, शौचालय, साचलेल्या पाण्याचे खड्डे असणे, गुरांचे गोठे असणे, त्यांचे मलमूत्र हे सर्व जमिनीत मुरून विहिरीत झिरपते. त्यामुळे विहिरीचे पाणी अस्वच्छ होते.

क. नळ पाणी योजना –

१. पाईपलाईन गळत असल्यास.

२. सदोष पाईपलाईनमुळे आजूबाजूची घाण, गटारातील मैलामिश्रित पाणी पाईपलाईनमध्ये झिरपते व नळाचे पाणी दूषित होते.

३. नळाजवळ खड्डा केल्याने त्यात घाण पाणी साचते व पाईपलाईनमध्ये

कमी दाब निर्माण झाल्यावर पाणी त्यात जाते व त्यामुळे संपूर्ण नळपाणी पुरवठा दूषित होतो.

४. पाण्याच्या टाकीला झाकण नसल्याने पालापाचोळा, पक्षी, प्राणी आत पडून कुजतात.

५. नळ योजनेच्या पाण्याची टाकी नियमित स्वच्छ नसणे.

ड. घरातील पाणी दूषित होण्याची कारणे–

१. पिण्याचे पाणी झाकून न ठेवल्याने.

२. पाणी साठविण्याचे भांडे दररोज साफ न केल्याने.

३. जमिनीत रांजण पुरून व तो नियमित स्वच्छ न करता त्याचा पिण्याचे पाणी साठविण्यासाठी उपयोग केल्याने.

४. पाणी साठविण्याचे भांडे, पिंप किंवा माठ अस्वच्छ असल्याने.

५. पाण्याचे भांडे, माठ यामधून पाणी घेताना हात बुडवून पाणी घेतल्याने.

६. पाणी घेण्यासाठी स्वतंत्र लांब दांड्याच्या भांड्याचा, ओगराळ्याचा वापर न केल्याने हाताचा पाण्याशी संबंध येऊन पाणी दूषित होते.

७. वैयक्तिक स्वच्छतेचा अभाव म्हणजेच स्वयंपाक करण्यापूर्वी, जेवणापूर्वी हात साबणाने स्वच्छ न धुतल्याने, घरातील पिण्याचे पाणी अस्वच्छ हातांनी हाताळल्याने पाणी दूषित होते.

*** आपल्या देशात**

१. प्रत्येक ५ व्यक्तिंपैकी ४ व्यक्ती उघड्यावर शौचास बसतात.

२. दररोज उघड्यावर अडीच लाख टन शौच, मैला पडतो.

३. दरसाल अस्वच्छ पाणी व अस्वच्छ गावपरिसरामुळे सरासरी १००० लोक बळी पडतात.

४. ३८ लाख लोकांना दरसाल साथीच्या रोगांची बाधा होते.

५. दरवर्षी १३७ लाख मनुष्य जिवांची हानी होते.

६. दरदिवशी एक व्यक्ती सरासरी एक किलो अन्न खाते. त्यातील ३०० ते ४०० ग्रॅम विष्ठेच्या स्वरूपात बाहेर टाकले जाते. म्हणजे आपल्या गावाच्या सभोवती आपल्या गावाच्या संख्येचा विचार करता किती विष्ठा उघड्यावर पडत असते? त्याचे गणित आपणच करावे.

७. जगात दरवर्षी २० ते२२ लक्ष मुले अस्वच्छतेशी संबधित रोगांमुळे मरतात.

८. भारतात ८६ टक्के ग्रामीण जनता म्हणजे १०० कोटी पैकी ८५ ते ८६

कोटी लोकांना शौचालयाची सुविधा नाही. त्यामुळे ते उघड्यावर शौचाला बसतात.

९. त्यामुळे दररोज सुमारे २४०० टन किलोग्रॅम मैला उघड्यावर पडतो. त्यामुळे निसर्गात प्रचंड प्रदूषण होते. ती विष्ठा पाण्यातून, हातपंपाद्वारे मातीतून, भाजीपाल्यातून, जनावरांच्याद्वारे येनकेन प्रकारे पुन्हा माणसांच्या पोटात जाते की, जिच्या एकेका सूक्ष्म कणांमध्ये लाखो विषाणू असतात.

१०. भारतात २८ टक्के मुलांचा मृत्यू हगवण व जलशुष्कता यामुळे होतो म्हणजेच अस्वच्छतेमुळे होतो.

११. अस्वच्छतेमुळे होणाऱ्या रोगाने आजारी पडल्यामुळे विद्यार्थ्यांचे प्रचंड नुकसान होते. शाळा बुडते, अभ्यास बुडतो, अशक्तपणामुळे खेळात भाग घेता येत नाही.

१२. या सर्वांवर एकच उपाय म्हणजे 'घर तेथे शौचालय बांधणे व त्याचा नियमित वापर करणे' हे होय.

❋ शौचालय बांधकाम आवश्यकता

१. ग्रामीण भागामध्ये शौचालयाची पुरेशी सुविधा नसल्याने लोक गावाच्या रस्त्याच्या कडेला शौचास बसतात. त्यामुळे गावाभोवती विष्ठा वर्षानुवर्षे साठते. दररोज कुजणाऱ्या या विष्ठेमधील घातक वायू बाहेर पडतात व ते गावात पसरतात. त्यामुळे त्याचा मानवी आरोग्यावर वाईट परिणाम होतो.

२. पशु-पक्षी व मानवी विष्ठा रोगजंतूंच्या अस्तित्वामुळे अत्यंत घातक असते. त्यामुळे ती ताबडतोब जमिनीमध्ये गाडण्याशिवाय दुसरा पर्याय नसतो.

३. मानवी विष्ठेमध्ये जंताची अंडी तसेच इतर रोगजंतू असतात. ही अंडी शौचाला गेलेल्या माणसाच्या पायाबरोबर, शौचालयाला नेलेल्या पाण्याच्या तांब्याबरोबर तसेच मातीत खेळणाऱ्या मुलांच्या हातापायाला लागलेल्या मातीबरोबर पिण्याच्या पाण्यात व अन्नात मिसळतात व ती पोटात गेल्यामुळे मुलांना जंत होतात.

४. शौचास बाहेर जाण्यामुळे अंधारात पाय घसरून पडणे, हातपाय मोडणे डोक्याला मार लागणे असे अपघात होऊन उपचारासाठी बराच पैसा खर्च होतो.

५. शौचास रात्री-अपरात्री जावे लागते. त्यामुळे साप चावून माणसे दगावण्याची अनेक उदाहरणे पहायला मिळतात.

६. पावसाळ्यात काळ्या मातीच्या भागात शौचास जाणाऱ्यांचे पाय घोट्यापर्यंत चिखलात बुडतात. त्यामुळे शौचास व्यवस्थित बसता येत नाही. तसेच चिखलात खिळे, काचा पायात घुसून जखमा होतात व दवाखान्याचा खर्च करावा लागतो.

७. स्त्रिया सर्वसाधारणपणे रस्त्याच्या कडेला शौचास बसतात. त्यामुळे रस्त्यावरून ये-जा करणाऱ्या पुरुष मंडळीकडून विनाकारण त्रास सहन करावा लागतो. सतत उठा-बशा काढाव्या लागतात, मानहानी सहन करावी लागते. ही लाजिरवाणी बाब आहे.

८. स्त्रियांना दिवसा शौचास जाणे सुरक्षित वाटत नाही. त्यामुळे त्या पहाटे किंवा रात्री अंधारात शौचास जाणे पसंत करतात. त्यामुळे बराच काळ विष्ठा पोटात साठून राहते व त्यातील जंत, जीवाणू, विषाणू आतड्यांवर हल्ले करतात. त्यामुळे पोटात दुखण्यास सुरुवात होते. अपचन होते व त्रास होतो. अशा पद्धतीने विष्ठा पोटात साठण्याने स्त्रियांना नेहमी पोटाचे आजार होतात.

९. उघड्यावर पडलेल्या विष्ठेवर माशा, डास बसतात व याच माशा, डास घरातील तसेच हॉटेलमधील उघडे अन्न पदार्थावर बसतात. त्यांच्या पायाला चिकटलेली विष्ठा, विषाणू, जीवाणू अन्नात मिसळतात. तेच आपण अन्न म्हणून चवीने खातो.

१०. उघड्यावर पडलेली विष्ठा पावसाळ्यात नदी, नाले, यातून वाहून जाऊन पिण्याच्या पाण्याच्या स्रोतामध्ये मिसळते. त्यामुळे हगवण, कावीळ इ. आजार पसरतात.

११. लहान मुलाचे विष्ठायुक्त कपडे वाहत्या पाण्यात किंवा हातपंपाशेजारी धुतले जातात. त्यामुळे त्या विष्ठेमधील रोगजंतू पिण्याच्या पाण्यात मिसळतात.

वरील सर्व गोष्टींपासून सुटका करून घ्यायची असेल तर विष्ठा जमिनीखाली गाडणे यासारखा दुसरा चांगला पर्याय नाही, म्हणून घरी शौचालय बांधून घेणे आवश्यक आहे.

❐

यात्रांमधील आपत्ती व्यवस्थापन

महाराष्ट्र हा सांस्कृतिक वारसा, तीर्थक्षेत्रे, साधुसंत, वीरपुरुष असलेला आणि अर्थातच छत्रपतींचा प्रदेश. सर्व धर्मांच्या विविध यात्रा, जत्रा भरविल्या जातात. महाराष्ट्रात शोधूनही असे गाव सापडणार नाही की, ज्या गावात जत्रा भरत नाही. फेब्रुवारी ते जूनपर्यंतचा काळ म्हणजे गावातल्या या ऊरूस, जत्रा आणि यात्रा यांचा सुकाळ. यात्रा आहे हे कळल्यावर पुणे, मुंबई व इतर मोठ्या शहरांमधील चाकरमाने, नोकरदार आपल्या गावी आवर्जून जातात. काही नवस फेडण्याच्या उद्देशाने तर काही मायभूमीची ओढ म्हणून. अर्थातच या काळात गावामध्ये गर्दी होणार हे अटळच.

मांढरदेवीच्या यात्रेप्रसंगी झालेल्या चेंगराचेंगरीतला हाहा:कार बघून तमाम महाराष्ट्र नव्हे तर देशातील जनतेने हळहळ व्यक्त केली. मृतदेहांचा पडलेला खच, गाळात रुतलेले मृतदेह, स्त्रिया, बालके व वृद्धांचे झालेले अतोनात हाल, सरकारी यंत्रणेवर दुर्घटनेनंतर आलेला प्रचंड ताण, या सर्व बाबींचा विचार करता यात्रा काळात आपत्ती व्यवस्थापनाची नितांत गरज आहे याची जाणीव होते.

आपत्ती व्यवस्थापनाचे ढोबळ मानाने तीन प्रकार पडतात. पहिला म्हणजे आपत्तीपूर्व व्यवस्थापन, दुसरा आपत्ती काळातील व तिसरे अत्यंत महत्त्वाचे आपत्तीनंतरचे व्यवस्थापन म्हणजे पुनर्वसन. आपत्ती ही दोन प्रकारची असू शकते. नैसर्गिक – उदाहरणार्थ म्हणजे भूकंप, चक्रीवादळ, पूर, त्सुनामी, दरडी कोसळणे, दुष्काळ, जंगल, वणवे इ. मानवनिर्मित आपत्तींमध्ये जातीय दंगली, बॉम्बस्फोट, यात्राकाळातील चेंगराचेंगरी इत्यादी. या लेखात आपण प्रामुख्याने विचार करतो आहोत. यात्रा काळातील चेंगराचेंगरी व त्यांचे व्यवस्थापन.

ज्या ठिकाणी धार्मिक स्थळे आहेत. ती बहुतांश डोंगरमाथ्यावर, नदी

किनारी असतात. जाण्याचा रस्ता अडचणीचा असतो. यात्रांच्या काळातील आपत्ती व्यवस्थापनाला महत्त्व आहे. यात्रेच्या ठिकाणी मंदिराकडे जाण्याचा व बाहेर पडण्याचा असे वेगवेगळे मार्ग ठेवल्यास अनेक प्रश्न सहज सुटू शकतात.

डोंगरमाथ्यावरील देवस्थानाकडे जाणारे मार्ग अडचणींचे न ठेवता सोपे करणे, पायऱ्यांचे नियोजन, दरीच्या बाजूस पक्के लोखंडी कठडे करणे आवश्यक आहे. मोठ्या देवस्थानांकडे स्वतःचा असा भरपूर निधी उपलब्ध असतो. दान पेट्यांमधील निधीचाही वापर या कामी करणे शक्य आहे. बहुतेक मंदिरांचे दरवाजे (प्रवेशद्वार) भक्ताने वाकून जावे, गाभाऱ्या पुढे नत व्हावे – या उद्देशाने लहान ठेवलेले असतात. पूर्वीच्या काळी हे ठीकही होते, परंतु मनातला भाव महत्त्वाचा मानून, भक्तांच्या भावनेचा आदर राखून. दरवाज्यांची उंची मोठी केली तर गर्दी कमी करता येईल. आत जाणारे आणि बाहेर पडणारे भक्त हे एकाच वाटेने आल्याने गर्दीच्या नियंत्रणावर ताण येतो. आणि म्हणूनच या वाटा भिन्न असणे आवश्यक आहे.

देवस्थानाकडे जाणाऱ्या वाटेवर अतिशय दाटीवाटीने नानाविध प्रकारची दुकाने, हॉटेल्स, पुष्पमाला–पानफुलांच्या टपऱ्या थाटलेल्या असतात. या बाबी गर्दीला आमंत्रित करतात, कोंडी होण्यासाठी कारणीभूत होतात. हे सर्व कसे टाळता मेईल याचा जरूर विचार व्हावा. भीमाशंकर परिसरातील आसपासच्या टपऱ्या हलवून त्यांचे पुनर्वसन करण्याचा प्रयत्न केला आहे. या उपाहारगृह व टपऱ्यांमधून प्लॅस्टिकचा सर्रास व बेसुमार वापर होतो. ज्यामुळे छोटे नाले, ओढे यामध्ये हे प्लॅस्टिक अडकून प्रश्न निर्माण होतात. पाणी अडते, शिवाय प्राण्यांनी प्लॅस्टिक खाऊन होणारा धोका आहेच, आणि म्हणून प्लॅस्टिकचा वापर न करता नाशवंत वस्तू उदा. पत्रावळी, द्रोण किंवा पर्यायी वस्तूंचा वापर करता येईल. गरज आहे ती लोकांची मानसिकता बदलण्याची.

यात्रा काळात गर्दी होण्याची आणखी दोन ठिकाणे म्हणजे तमाशाचे फड, नाटके, सांस्कृतिक महोत्सव, कुस्तीचे आखाडे किंवा तत्सम कार्यक्रम. हे मनोरंजनाचे कार्यक्रम मंदिर परिसरापासून थोडे दूर मोकळ्या आवारात घेतल्यास व्यवस्थापन सुकर होईल, दुसरा प्रकार म्हणजे बैलगाडी, घोडागाडी (गाड्या) यांच्या शर्यती. दरम्यान कधी–कधी बैल सुटून बिथरल्याने गर्दीत शिरून सैरावरा भरकटण्याची शक्यता असते, यात जीवितास धोका संभवतो. पशुहत्या हाही यात्रा काळातील एक अटळ भाग असतो. पशुहत्या बंद करणे ही काळाची गरज आहे. आज अशी अनेक उदाहरणे आहेत जेथे देवस्थान, गावकारी मंडळी व इतर संस्थांच्या मदतीने पशुहत्येवर

बंदी घालण्यात आली आहे. लोकांच्या मानसिकतेचा विचार करून लोक प्रबोधन करून, यावर नियंत्रण आणता येईल.

शॉर्टसर्किटमुळे आगीचे धोके वाढतात. यात्रेसाठी आकडे टाकून वीज घेणे किंवा जुजबी व्यवस्था केल्यामुळे हे धोके वाढतात आणि म्हणून यावर उपाय म्हणजे सुटसुटीत वीज व्यवस्था (जाळे न करता) केल्यास अपघात टळू शकतात. शक्य झाल्यास अग्निशामक दलाची गाडीसुद्धा यात्रा काळात ठेवता आल्यास उत्तमच. यात्रा काळात सरकारी यंत्रणा अर्थात पोलीस यंत्रणेवर जो अतिरिक्त ताण पडतो तो स्वयंसेवी संस्थांची मदत घेऊन कमी करता येऊ शकेल. शक्य असेल तेथे राष्ट्रीय सेवा योजना, राष्ट्रीय छात्र सेना, आर.एस.पी.चे विद्यार्थी, नागरी संरक्षण दल यांचा वापर करता येईल. यातील अनेक विद्यार्थ्यांना आपत्ती घडली तर काय करायचे याचे प्रशिक्षण दिलेले असते. हे विद्यार्थी मनापासून व आवडीने ही कामे करताना दिसतात.

मंदिर परिसरात नारळ फोडणे, मोठ्या प्रमाणातील भंडारा, भूतबाधा, अंगारे धुपारे, अंगात येणे यांचेही प्रमाण कमी होत आहे, परंतु प्रबोधनाची गरज आहे. प्रवचन, कीर्तन, मेळावे यांमधून असे प्रबोधन जास्त चांगले व प्रभावी होऊ शकते. गरज आहे ती विवेकाने वागण्याची, संयमी विचारांची, अफवा न पसरविण्याची. यात्रांचे व्यवस्थापन नीट झाले तर आपत्ती व्यवस्थापन करण्याची वेळच आपल्यावर येणार नाही.

❒

आपत्ती व्यवस्थापन

आपत्तीपूर्व काळ – आपत्तीपूर्व काळ म्हणजे आपत्ती येण्यापूर्वीचा काळा होय. आपत्ती व्यवस्थापन करताना आपत्तीपूर्व काळ विचारात घेणे आवश्यक आहे. कोणतीही आपत्ती येऊ नये म्हणून आपण सजग राहणे गरजेचे असते कारण आपत्ती ही पूर्वसूचना देऊन येत नाही.

आपत्तीचे व्यवस्थापन करताना काही प्रचलित नियमांचे अनुसरण केल्यास आपत्ती टाळता येऊ शकते. मानवनिर्मित आपत्ती संदर्भात नियम पाळणे आपणांस सहज शक्य आहे. मानवनिर्मित आपत्ती आगी, अपघात, जैविक, आण्विक, रासायनिक, दंगल, चेंगराचेंगरी, बॉम्बस्फोट, दहशतवाद, विषारी वायुगळती, औद्योगिक दुर्घटना, सामाजिक हुंडाबळी, एकतर्फी प्रेम, रॅगिंग, आर्थिक व राजकीय दुर्लक्ष इत्यादी कारणांमुळे घडून येतात. अशा आपत्तींचे व्यवस्थापन करताना आपण नीतिमूल्यांचा आदर राखला पाहिजे. समाज अप्रशिक्षित राहता कामा नये. अतिक्रमणे करू नये इत्यादी बाबी विचारात घेऊन आपत्तीपूर्व काळात वरील बाबींचा विचार करता येतो तर नैसर्गिक आपत्तीमधून नागरी गावातील आग, जंगलातील आग आगीचा विचार करता येईल.

या सर्व नैसर्गिक आपत्तीचे व्यवस्थापन करताना काही नैसर्गिक नियमांचे पालन करून आपत्तीपूर्व काळात त्याचे पालन केल्यास आपत्तीचे योग्य व्यवस्थापन करून आपत्ती टाळता येऊ शकतात म्हणून आपत्तीपूर्व काळात आपत्ती व्यवस्थापनात महत्त्वाचा ठरत असतो. खास करून मानवनिर्मित आपत्तीच्या पूर्वीचा काळ अधिक महत्त्वाचा असतो. कारण समजा बॉम्ब कुठे तरी ठेवल्याची माहिती मिळाली तर त्या ठिकाणच्या लोकांना सुरक्षित स्थळी स्थलांतरीत करणे त्याचप्रमाणे प्रसिद्धी माध्यमांच्या साहाय्याने लोकांना सतर्क ठेवणे, आकाशवाणीवरून लोकांमध्ये जागृती आणणे इत्यादी.

इशारा काळ

आपत्ती व्यवस्थापनात इशारा काळ हा महत्त्वाचा आहे. कारण या काळात आपण सतर्क राहिल्यास व्यवस्थापनास कारणे सुकर होईल. ही आपत्ती घडत असताना काही पूर्वसूचना म्हणून, काही संकेत ओळखून, परिस्थितीनुसार निर्णय घेतल्यास आपत्तीचे व्यवस्थापन करणे सोपे जाईल. उदा. मुसळधार पाऊस पडत असतांना नदी शेजारील घरे, झोपडपट्टी अन्य काही बाबी असल्यास त्यांना तेथून हलवल्यास, एखाद्या ठिकाणी आग लागल्यास त्या ठिकाणापासून जवळपास असणाऱ्या बाबींकडे लक्ष दिल्यास, वणवा पेटल्यास, भूकंप झाल्यास नागरिकांमध्ये भूकंपाविषयी प्रबोधन केल्यास त्सुनामी संदर्भात शासनाकडून किंवा हवामान खात्याकडून अधिकृतरीत्या इशारा ऐकल्यास त्यावर ताबडतोब निर्णय घेऊन योग्य पावले उचलल्यास आपत्तीचे व्यवस्थापन करणे सोपे जाते.

आपत्ती संदर्भात इशारा काळ विचारात घेतल्यास आपत्तीचे व्यवस्थापन करणे सोयीचे होईल. म्हणून या दरम्यान आपण सतर्क राहिल्यास इशारा काळाचा उपयोगच होईल. निसर्गनिर्मित आपत्तीचा इशारा हवामान खात्याकडून मिळतो. परंतु निसर्गनिर्मित आपत्तीचा अवाका खूप मोठा असल्याने इशारा सर्वांपर्यंत पोहोचविणे फारसे शक्य नसते. तरीही भूकंपासारख्या आपत्तीचा काहीसा अंदाज निसर्गातील बदलांमधून लक्षात येत असतो. म्हणून आपत्तीच्या बाबतीत इशारा काळ अधिक महत्त्वाचा असतो. बॉम्बस्फोटाची माहिती गोपनीय विभागाकडून किंवा खबऱ्यांकडून मिळाली आणि ती माहिती खात्रीलायक आहे असे लक्षात आल्यास जे ठिकाण अतिरेक्यांनी लक्ष्य केले ते ठिकाण तातडीने सील करून आकाशवाणी, दूरध्वनी, स्वयंसेवी संस्था, शाळा, महाविद्यालये इ. च्या माध्यमांतून लोकांना त्या ठिकाणाहून सुरक्षित स्थळी हलविता येते. खासकरून मानवनिर्मित आपत्तीमध्ये अनेक प्रकारच्या अफवा देखील पसरत असतात. या अफवांवर विश्वास न ठेवता निश्चित काय घडले त्यावरून योग्य ती सत्यता लोकांपर्यंत पोहोचविणे घबराट आणि भीतीदायक वातावरण निर्माण होणार नाही. याची काळजी घेणे अधिक क्रमप्राप्त ठरते.

आपत्ती काळ

आपत्ती कोणतीही पूर्वसूचना न देता घडत असते आणि म्हणून मानव भयभीत होत असतो. आपत्ती प्रत्यक्ष घडताना आपत्तीग्रस्त योग्य निर्णय घेऊ शकत नाही कारण तो घाबरलेला असतो. भयभीत झालेला असतो. अशा व्यक्तींना आपण सुरक्षितपणे योग्य ठिकाणी पोहचवू शकतो. असे केल्यास काही संभाव्य धोके टाळता

येतात. उदा. मांढरदेवी येथे झालेली चेंगराचेंगरी, मुंबईची अतिवृष्टी, त्सुनामी ठिकाणी झालेल्या आपत्तीमध्ये लोकांनी उत्स्फूर्तपणे सहभाग घेऊन त्या लोकांना मदतीचा हात देण्याचा प्रयत्न केल्याचे दिसते. मात्र आपत्ती घडताना काही सूचनांचे पालन करून योग्य नियोजन करून निर्णय घेतल्यास आपत्तीग्रस्तांना योग्य मदत व सुरक्षितता मिळेल आणि संभाव्य धोके टाळता येतील. म्हणून आपत्ती व्यवस्थापनात आपत्तीकाळ खूप महत्त्वाचा ठरतो. ज्या वेळी आपत्ती येते त्या वेळी निर्माण झालेली परिस्थिती अतिशय विदारक असते. अशा वेळी गोंधळ कमी करणे अधिक महत्त्वाचे असते. आपत्तीच्या काळात सर्व प्रकारच्या यंत्रणा कामाला लावणे आवश्यक असते.

आपत्ती काळ व्यवस्थापनाच्या दृष्टीने अधिक जबाबदारीचा असतो. आपत्ती काळात- दोन्ही प्रकारच्या आपत्तीमध्ये -शासनाची यंत्रणा अद्ययावत असणे आवश्यक असते. मानवनिर्मित आपत्तीच्या प्रकारानुसार आणि स्वरूपानुसार जबाबदारी घेणे आवश्यक असते. भूकंप, पूर, त्सुनामी यांसारख्या निसर्गनिर्मित आपत्तींचा काळ हा वार्धक्याचा असतो. या काळात यंत्रणा उभी करणे आणि त्या आव्हानाला सामोरे जाणे एवढेच महत्त्वाचे असते.

आणीबाणीचा काळ

आपत्ती घडल्यानंतरचा काळ हा आणीबाणीचा असतो. या काळामध्ये आपत्तीग्रस्त लोकांना वैद्यकीय मदत, अन्न, वस्त्र, निवारा, नीतिमत्ता जपणाऱ्यांची आवश्यकता असते. वरील सर्व बाबी त्यांना योग्य वेळेत न मिळाल्यास त्यांच्यावर वाईट पाळी येत असते. म्हणून त्यांना खालील प्रकार मदत केल्यास योग्य होईल.

अ) प्रथमोपचार – आपत्तीमध्ये जखमी झालेल्या व्यक्तीला जर तातडीने प्रथमोपचार मिळाला तर त्या व्यक्तीचे प्राण वाचू शकतात म्हणून त्याला तातडीने प्रथमोपचार कसा मिळेल याकडे लक्ष केंद्रीत करून त्याप्रमाणे मदत पुरविणे आवश्यक आहे.

ब) अन्न,वस्त्र,निवारा – जेव्हा आपत्ती घडून जाते त्यावेळेस आपत्तीग्रस्तांच्या मूलभूत गरजांची पूर्तता होत नाही. त्यांचे हाल होतात. अशाप्रसंगी सर्वप्रथम त्वरित निर्णय घेऊन आपत्तीग्रस्तांना अन्न, वस्त्र व निवारा पुरविण्याकडे लक्ष केंद्रित केल्यास आपत्तीचे व्यवस्थापन योग्य पद्धतीने करणे सोपे जाईल.

पुनर्वसनाचा काळ

आपत्ती येऊन गेल्यावर तेथील लोकांचे दुसऱ्या सुरक्षित ठिकाणी पुनर्वसन

करावे लागते. पुनर्वसनाचे काम खूप गुंतागुंतीचे असते. बेघर झालेल्या लोकांना घर उपलब्ध करून देणे ही पहिली जबाबदारी असते. त्यानंतर त्यांचा काही काळापर्यंतचा उपजीविकेचा प्रश्न असतो. देशाच्या कानाकोपऱ्यांतून आलेली मदत या लोकांपर्यंत पोहचविणे त्याचप्रमाणे पुनर्वसनामध्ये सर्वात महत्त्वाची बाब असते ती शिक्षणाची. या बेघर झालेल्या लोकांच्या मुलांना प्राथमिक आणि माध्यमिक शिक्षण मिळणे आवश्यक असते. प्रगतीच्या दृष्टीने आणि शासनाच्या जबाबदारीच्या दृष्टीने मूलभूत सुविधा देणे बंधनकारक असते. त्यामुळे शासनदरबारी पुनर्वसनाची जबाबदारी अधिक महत्त्वाची असते. किल्लारी येथे भूकंप झाल्यावर भारतीय जैन संघटनेच्यावतीने भूकंपग्रस्त कुटुंबातील हजारो मुलांना मोफत शिक्षण, मोफत निवास देण्यात आले. म्हणजे पुनर्वसनामध्ये शासनाबरोबर स्वयंसेवी संस्था देखील महत्त्वाची भूमिका पार पाडतात. म्हणून पुनर्वसनाच्या वेळी सर्वांची सर्वतोपरी मदत घेणे आवश्यक ठरते. आपत्ती आल्यानंतर अनेक लोकांना बेघर व्हावे लागते. उदा. भूकंप, त्सुनामी यामध्ये अनेक गावे उद्ध्वस्त होत असतात हे आपणास ज्ञात आहेच. आपत्ती घडून गेल्यानंतर त्या गावांचे योग्य वेळी पुनर्वसन होत नसल्याचे दिसते. त्यासंदर्भात खालील यंत्रणेने लक्ष दिल्यास आपत्तीचे व्यवस्थापन करणे सोपे जाईल.

अ) शासकीय यंत्रणा – आपत्ती घडून गेल्यानंतर शासकीय पातळीवर अनेक यंत्रणा कार्यरत होत असतात परंतु या यंत्रणेकडून वेग न घेतल्यास पुनर्वसनासाठी काही काळ बघता बघता निघून जातो. म्हणून शासकीय यंत्रणेने जर वेळेत पुनर्वसन घडवून आणल्यास आपत्ती व्यवस्थापन करणे सोपे जाईल.

ब) NGO – आपत्ती घडून गेल्यानंतर अनेक एनजीओ तेथे जाऊन त्या ठिकाणाची योग्य चौकशी करून आपत्तीग्रस्तांना योग्य मदत पुरविल्यास आपत्तीग्रस्तांचे हाल होत नाही. या संदर्भात अनेक एनजीओने कार्य केले आहेत. उदा. किल्लारी येथे झालेल्या भूकंपात एनजीओने मदत केल्याचे दिसते अशा अनेक ठिकाणी एनजीओने मदत केल्यास पुनर्वसन झालेल्या लोकांचे हाल होणार नाहीत म्हणून आपत्ती व्यवस्थापनात पुनर्वसनाचा काळ महत्त्वाचा ठरतो.

प्रतिशोधनाचा काळ

आपत्ती घडून गेल्यानंतर तेथील अनेक घटनांचा प्रतिशोध मानव घेत असतो. या प्रतिशोधाच्या टप्प्यात मानवाला अनेक गोष्टींचा शोध लागतो. त्यातूनच तो अ) **Art of Live** – चा शोध घेतो. ब) **Counseling** चाही शोध घेण्याचा प्रयत्न करत असतो. अशाप्रकारे आपत्ती व्यवस्थापनात प्रतिशोधनाचा काळ हा

महत्त्वाचा ठरतो. आपत्ती येऊन गेल्यानंतर प्रतिशोधन सुरू होते. आपत्ती येण्याची कारणे शोधून काढली जातात. भविष्यात तशा स्वरूपाची आपत्ती येऊ नये म्हणून खबरदारीच्या सर्व उपाययोजनांच्या शिफारशी संबंधित विभागाला देण्यात येतात. खास करून निसर्गनिर्मित आपत्तीचा सामना करण्याचे निर्णायक आणि कायमस्वरूपीचे पर्याय या संशोधनातून बाहेर येतात. त्याचप्रमाणे मानवनिर्मित आपत्तीची काही ठळक कारणे असतात. परंतु मानवनिर्मित आपत्तीला एक समान कारण नसते. मानवनिर्मित आपत्तीच्या सीमा देखील प्रत्येक आपत्तीनुसार वेगवेगळ्या असतात. मानवनिर्मित आपत्तीमध्ये भावनिक, आर्थिक, सामाजिक, सांस्कृतिक कारणांची अधिक शक्यता असते. यांपैकी निश्चित कारण प्रतिशोधनाच्या मार्गाने शोधून काढले जाते. अलीकडच्या काळातील मानवनिर्मित आपत्तीला आंतरराष्ट्रीय परिमाण असल्याने त्याचा आवाका वाढत आहे. एकूणच परराष्ट्र खाते, पोलिसयंत्रणा, संरक्षणाच्या अन्य सर्व यंत्रणा मानवनिर्मित आपत्तीच्या आव्हानांना तोंड देण्यासाठी सज्ज राहण्यासाठी प्रतिशोधनाला खूप महत्त्व आले आहे. त्यामुळे प्रतिशोधनाचा काळ महत्त्वाचा असतो. प्रत्येक वेळी नव्या आपत्तीची वाट पाहण्याऐवजी आपत्तीच्या क्षेत्रातील संशोधन सदैव सुरू राहणे हाच निर्णायक आणि नेमका पर्याय आहे.

पुनर्निर्माण काळ – आपत्ती

आपत्ती व्यवस्थापनात पुनर्निर्माण काळ हा अतिशय महत्त्वाचा असतो. कारण या काळामध्ये ज्या गावांचे पुनर्वसन करावयाचे असते, त्या गावामध्ये रस्ते, इमारत, शाळा, वीज, पाणी पुरवठा इ. संदर्भात नियोजनपूर्वक आखणी करून त्यांची बांधणी केल्यास पुन्हा त्या गावाला भूकंपाचा किंवा पुराचा धोका होणार नाही. याची दक्षता घेतल्यास भविष्यकाळात आपत्ती टाळणे शक्य होईल. म्हणून आपत्ती व्यवस्थापनात पुनर्निर्माणाचा काळ अतिशय महत्त्वाचा आहे कारण या काळात गावातील रस्ते तयार करताना त्या रस्त्याला योग्य वळण देणे गरजेचे असते. तसेच इमारती बांधताना त्या इमारती भूकंपाने पडणार नाहीत याची दक्षता घेतल्यास भविष्यकाळात याचा फायदा होतो. त्या गावाचा शैक्षणिक विकास होण्यासाठी शाळांची देखील योग्य स्थापना करणे गरजेचे असते. तसेच वीज, पाणी पुरवठा इ. बाबींकडे लक्ष दिल्यास आपत्तीचे व्यवस्थापन करताना पुनर्निर्माणाचा काळ महत्त्वाचा ठरतो.

❐